ഗ്രീൻ ബുക്സ്

കാസപില

പ്രീതി രഞ്ജിത്ത്

തൃപ്പൂണിത്തുറ സ്വദേശി.
ഗണിതാധ്യാപിക.
കഥ, കവിത, യാത്രാവിവരണം, ലേഖനങ്ങൾ
തുടങ്ങിയവ ആനുകാലികങ്ങളിലും
സമാഹാരങ്ങളിലും പ്രസിദ്ധീകരിക്കപ്പെട്ടിട്ടുണ്ട്.
കഥാസമാഹാരങ്ങൾ: ബന്ദൂരിയ (ഗ്രീൻബുക്സ്),
ദൈവത്തിന്റെ നൂറാമത്തെ പേര്.
കലാ സാഹിത്യ സാംസ്കാരിക
പ്രവർത്തനങ്ങളിൽ സജീവം.
കുടുംബസമേതം ദുബായിൽ താമസം.
Email: preethi.ranjit@gmail.com

കവിത

കാസപില

പ്രീതി രഞ്ജിത്ത്

ഗ്രീൻ ബുക്സ്

green books private limited
gb building, civil lane road, ayyanthole,
thrissur- 680 003, kerala, ph: +91 487-2381066, 2381039
website: www.greenbooksindia.com
e-mail: info@greenbooksindia.com

branches:
thrissur 8589095302
thiruvananthapuram 8589095301
calicut 8589095307

malayalam
kasapila
poem
by
preethi ranjit

published october 2024

cover image : nissar ibrahim

printed in india
manipal technologies ltd

isbn : 978-93-48125-32-3

GBPL/1391/2024

സമർപ്പണം

നിറഭേദങ്ങളില്ലാതെ
ഏവർക്കും

ഉള്ളടക്കം

എന്റെ കവിതകൾ

മനസ്സ് ചിന്തയുടെ വാതായനങ്ങൾ ഭാവനയുടെ അനന്ത വിഹായസ്സിലേക്ക് തുറക്കുമ്പോഴാണ് ഓരോ കവിതയു ടെയും പിറവി. ആ സന്തോഷം മനസ്സിന് നൽകുന്ന ആശ്വാസം വളരെ വലുതാണ്. വരികളുടെ എണ്ണത്തിന പ്പുറം മനസ്സിലൂടെ ഒഴുകുന്ന ചിന്തകളും ആശയങ്ങളും അതേ ഒഴുക്കിൽ കുറിച്ചുവയ്ക്കാറാണ് പതിവ്. എഴുതാ നായി, നിർബന്ധബുദ്ധിയോടെ, ഒന്നും എഴുതാറുമില്ല. പലപ്പോഴായി എഴുതിവച്ച കവിതകളിൽനിന്നും എഴുപത്തി രണ്ട് കവിതകളാണ് 'കാസപില' എന്ന ഈ കവിതാസമാ ഹാരത്തിൽ ഉൾപ്പെടുത്തിയിട്ടുള്ളത്.

എഴുതിവച്ച കവിതകൾ പുസ്തകമാക്കിക്കൂടെ എന്ന് സ്നേഹത്തോടെ നിർബന്ധിച്ച എന്റെ കുടുംബവും, 'പുസ്തകം ഞങ്ങൾ പബ്ലിഷ് ചെയ്തോളാം' എന്ന് അത്ര മേൽ സൗഹൃദത്തിൽ പറഞ്ഞ് ഏറ്റെടുത്ത ഗ്രീൻ ബുക്സു മാണ് ഈ പുസ്തകത്തിന്റെ പിറവിക്ക് പ്രചോദനമായത്. നിങ്ങളോടുള്ള അഭൗമമായ സ്നേഹവും നന്ദിയും രേഖ പ്പെടുത്തുന്നു.

കവിതകൾ വായിച്ചു മനോഹരമായ വാക്കുകളാൽ അവ താരിക എഴുതിത്തന്ന രാമൻ മാഷിനോടും ബ്ലർബ് എഴുതിത്തന്ന സച്ചിദാനന്ദൻ മാഷിനോടും കവർ ഡിസൈൻ ചെയ്തുതന്ന നിസ്സാർ ഇബ്രാഹിമിനും ഹൃദയത്തിന്റെ ഭാഷയിൽ നന്ദി രേഖപ്പെടുത്തുന്നു.

പ്രിയപ്പെട്ടവരേ,

എന്റെ പ്രഥമ കവിതാസമാഹാരമായ കാസപില ഏവരു ടെയും വായനയ്ക്കായി ഏറെ പ്രിയത്തോടെ സമർപ്പി ക്കുന്നു.

സ്നേഹത്തോടെ,

പ്രീതി രഞ്ജിത്ത്

ആശംസ

സച്ചിദാനന്ദൻ

പ്രീതി രഞ്ജിത്തിന്റെ കവിതകൾ അനായാസമായി വായിച്ചുപോകാവുന്നവയാണ്. നമ്മുടെയെല്ലാം ദൈനം ദിനാനുഭവങ്ങളുമായി അത് ചേർന്നുനിൽക്കുന്നു. അവ പ്രത്യക്ഷമായി രാഷ്ട്രീയമൊന്നും പറയുന്നില്ല, പക്ഷേ അവയിലെ അനുഭവങ്ങളുടെ ചൂട് നമ്മെ നമ്മുടെതന്നെ അവസ്ഥയെക്കുറിച്ച് ചിന്തിപ്പിക്കുന്നു.

പലപ്പോഴും പല കാരണങ്ങളാൽ, നിറം കൊണ്ടോ, ദാരിദ്ര്യംകൊണ്ടോ അകറ്റി നിർത്തപ്പെടുന്ന മനുഷ്യർ വിശേഷിച്ചും സ്ത്രീകൾ ആണ് പ്രീതിയുടെ പ്രിയ പ്രമേയം.

സാധാരണക്കാരുമായി സംവദിക്കുന്ന രചനകൾ.

■

അവതാരിക

ചുറ്റുഗോവണിയും സിംഹജാഗ്രതയും

പി. രാമൻ

കഥാകൃത്തായ പ്രീതി രഞ്ജിത്തിന്റെ ആദ്യകവിതാസമാഹാരമാണിത്. എഴുത്തുജീവിതം കവിതയിൽനിന്നു തുടങ്ങി കഥയിലേക്ക് ചുവടുമാറി പ്രശസ്തരായ പല എഴുത്തുകാരേയും കണ്ടിട്ടുണ്ടെങ്കിലും തിരിച്ചുള്ളവർ താരതമ്യേന കുറവാണ്. കവിതയ്ക്കുമാത്രം സാധ്യമായ ഒരു ഉൾമൊഴിയുടെ പ്രാധാന്യം അറിയാവുന്നതു കൊണ്ടാണ് അവർ കവിതകളും എഴുതുന്നത് എന്നു ഞാൻ കരുതുന്നു. സ്ത്രീകളുടെ കാവ്യഭാഷ മിക്കപ്പോഴും അവരുടെ സഹജപ്രകൃതിയിൽനിന്ന് രൂപം കൊള്ളുന്നതായാണ് തോന്നിയിട്ടുള്ളത്. സഹജത, ജൈവികത എന്നിവയ്ക്ക് സ്ത്രീകളുടെ കവിതാവഴിയിൽ പ്രാധാന്യമേറെയാണ്. പ്രീതിയുടെ ഈ കവിതകളുമതെ, അവരുടെ സഹജപ്രകൃതത്തിൽ നിന്നാണ് തഴച്ചു പടരുന്നത്. ആകയാൽ മുറിഞ്ഞു മുറിഞ്ഞു വീഴുന്നതല്ല, ഒഴുക്കോടെ തുടരുന്നതാണ് ഈ കവിയുടെ മൊഴി. ഒന്നുകൂടി കൃത്യമായി പറഞ്ഞാൽ, പ്രസന്നമായ ഒരൊഴുക്ക് ഈ കവിതകളെ അനുഗ്രഹിച്ചിരിക്കുന്നു. ഞാൻ എന്ന സ്വത്വത്തിലിരുന്ന് എഴുതുമ്പോൾ സ്വാഭാവികമായി കടന്നു വരുന്ന നീ എന്ന അപരത്വം കവിതയിൽ ഒഴുകിയണയുന്നത് 'നീ' എന്നു പേരുള്ള കവിതയിൽ അനുഭവിക്കാം.

നിന്നെ കണ്ടുമുട്ടിയതെവിടെ വെച്ചായിരുന്നു?
ആസ്വദിച്ചു വായിച്ച ഏതോ
കഥയിലെ കഥാപാത്രമായോ
അക്ഷേഷ്യ മരങ്ങൾ വഴി കാട്ടുന്ന നടപ്പാതയിലൂടെ
നടത്തത്തിലെപ്പൊഴോ തമ്മിലുടക്കിയ കണ്ണുകളായോ

മഞ്ഞുമൂടിയ ദിനങ്ങളിലൊന്നിൽ
കുളിർമ്മയേകിയ പുഞ്ചിരിയായോ
നിദ്രയുടെ നീലവിഹായസ്സിലെവിടെയോ
അറിയാതെയുദിച്ച ഒറ്റനക്ഷത്രമായോ

സ്വപ്നക്കൊട്ടാരത്തിലെ ആരാമത്തിൽ
സുഗന്ധം പടർത്തും പൂക്കളോടൊപ്പമോ
നിശ്ശബ്ദമായ നീണ്ട ഇടനാഴിക്കൊടുവിലെ
നേർത്ത വെളിച്ചം വിതറുന്ന മൊഴിയിൽ
പുസ്തകങ്ങളെത്തിരയുന്ന വിരലുകളായോ

നീയും ഞാനും കണ്ടുമുട്ടുന്നതിനെക്കുറിച്ചു സങ്കല്പിക്കുന്ന ഈ കവിതയുടെ മൊഴിയൊഴുക്കിലുണ്ട് പ്രീതി രഞ്ജിത് കവിത കൂടിയെഴുതുന്നതിന്റെ ന്യായം.

നാട്ടിലും വിദേശത്തുമായി കഴിയുന്ന എഴുത്തുകാരിയാണ് പ്രീതി രഞ്ജിത്ത്. എന്നാൽ പ്രവാസലോകത്തെ ബാഹ്യാനുഭവങ്ങളിലല്ല ഈ കവിയുടെ ഊന്നൽ. മറിച്ച് ഏതു ലോകത്തെത്തിയാലും ഇടമുറിയാത്ത കവിതാമൊഴിയിലൂടെ തന്റെ ഉണ്മയെ നിരന്തരം ആവിഷ്കരിക്കാനാണ് കവിക്ക് വെമ്പൽ. സ്വദേശവാസത്തിനും പ്രവാസത്തിനുമിടയിലെ അകലം മാഞ്ഞുപോയ പുതുകാലത്തിന്റെ കവിയാണ് ഇവർ. പുസ്തകശീർഷക കവിതയായ 'കാസപില' നോക്കൂ. യാത്രയ്ക്കിടയിൽ വിദേശത്തെവിടെയോ വെച്ചു കണ്ടുമുട്ടിയ കറുത്ത പെൺകുട്ടിയാണ് കാസപില. ഇന്ത്യയിൽ നിറത്തിന്റെ പേരിൽ വിവേചനം ഇല്ലല്ലേ എന്നവൾ ചോദിക്കുമ്പോൾ ജാള്യത മറയ്ക്കുന്ന ചിരിയും നാനാത്വത്തിൽ ഏകത്വമെന്ന മുദ്രാവാക്യവുമായി പരുങ്ങേണ്ടി വരുന്നു കവിക്ക്. നാട്ടിലായാലും വിദേശത്തായാലും മനുഷ്യർക്കിടയിലെ വിവേചനങ്ങളും ഒരുപോലെ തുടരുകയാണ് എന്ന തിരിച്ചറിവ് ഈ പുസ്തകം പങ്കുവെയ്ക്കുന്നുണ്ട്. അതുകൊണ്ടു കൂടിയാണ് ഒരേ മൊഴിത്തുടർച്ചയിലെ രണ്ടു കണ്ണികൾ മാത്രമായി സ്വദേശവും വിദേശവും ഈ കവിതകളിൽ പ്രവർത്തിക്കുന്നത്.

തന്നിൽനിന്നും അഴിഞ്ഞു പടരാൻ ഏറ്റവും നല്ല മാധ്യമം ഭാഷയാണെന്ന് ഈ കവി തിരിച്ചറിയുന്നു എന്നതാണ് പ്രധാന കാര്യം. അനന്യമായ അനുഭവനിലങ്ങളിലേക്ക്, ബദൽ യാഥാർത്ഥ്യങ്ങളിലേക്ക് ഒഴുകിപ്പോകാനുള്ള മാർഗ്ഗരേഖയായ് ഇവിടെ കവിത തെളിയുന്നു.

ഭാഷയുടെ ഈ നിലയ്ക്കുള്ള വിന്യാസമാണ് പല കവിതകളിലും ഞാൻ കാണുന്നത്. തന്നിൽ നിന്നും പുറത്തേക്ക് ഒരു വള്ളിച്ചെടിപോലെ പടരാൻ ഈ കവി സ്വീകരിക്കുന്ന വിദ്യ രസമുള്ളതാണ്. തന്റെ ചുറ്റുപാടിനെ അതിന്റെ സ്വഭാവത്തെ, തന്റെ മനസ്സിനെ അതിന്റെ വികാരനൂലുകളെ മൊഴിയിൽ പടർത്തി, ഒരു തണ്ണീർപ്പന്തലാക്കുന്ന ലാവണ്യമാണത്.

തന്നിൽനിന്നും പുറത്തേക്ക് പടരുക എന്നതിന്റെ അർത്ഥം ഉപരിതലത്തിലെ വ്യക്തിയിൽനിന്നും അഗാധമായ സത്തയിലേക്ക് പടരുക എന്നാണ്. കവിയുടെ തന്നെ ഭാഷയിൽ പറഞ്ഞാൽ 'ഉടമ്പടിക്കാടിൽനിന്നും പുറത്തേക്ക്'. പരപ്പിലുള്ള ജീവിതത്തെയും അതിനു ചുറ്റുമുള്ള ഉടമ്പടികളെയും അതിരുകളെയും പിന്നിൽ ഉപേക്ഷിച്ച് ആന്തരികമായ ജീവിതാർത്ഥങ്ങളിൽ മുഴുകി അവയെ രേഖപ്പെടുത്തുക എന്നത് ഈ കവിതകളുടെ പ്രധാന പരിഗണനയാണ്.

മുകളിലേക്ക് നോക്കിയാൽ
മനോഹരമായ നീലാകാശം
താഴേക്ക് നോക്കിയാൽ
ഹരിതാഭമാർന്ന ഭൂമി

(പിരിയൻ ഗോവണി)

ഒറ്റത്തൂണുള്ള ഒരു ചുറ്റുഗോവണിയുടെ ഒത്ത നടുവിൽനിന്ന് മുകളിലും താഴെയുമുള്ള കാഴ്ചകൾ കവി കാണുന്നുണ്ടെങ്കിലും, മേൽ പറഞ്ഞ കവിതയുടെ ഊന്നൽ മറ്റൊരിടത്തേക്കാണ്:

നേരെ, ശ്രദ്ധയോടെ നോക്കിയാൽ മാത്രം
അവിശ്വസനീയമാം യാഥാർത്ഥ്യം ദൃശ്യമാകും

ഒരു ചുറ്റുഗോവണിയിൽ നിൽക്കുമ്പോൾ നേരെ നോക്കിയാൽ കാണുന്നത് എന്താകാം? പടികൾ? പിരിവുകൾ?

അതിനെ അവിശ്വസനീയമായ യഥാർത്ഥ്യമെന്ന് കവി വിളിക്കുന്നു. ഈ യാഥാർത്ഥ്യം സവിശേഷമായ ഒന്നാണ് എന്ന് ഞാൻ വിചാരിക്കുന്നു. ജീവിതവും കവിതയും സന്ധി ചെയ്യുന്ന ഒരു പ്രത്യേക ചെരുവിലൂടെ നോക്കിയാൽ മാത്രം വെളിപ്പെടുന്ന ഉണ്മ. ഈ പുസ്തകത്തിലെ കവിതകളുടെ സ്വഭാവം ഇത്തരമൊരു ഉണ്മയും നോട്ടവുമാണ്.

ഈ കവിതകളുടെ പ്രധാന പ്രമേയങ്ങൾ പെണ്മയേയും പ്രണയത്തേയും ചുറ്റിനിൽക്കുന്നവയാണ്. മുമ്പ് പറഞ്ഞ ആ ഉണ്മയും നോട്ടവും ഈ പ്രമേയങ്ങൾക്ക് കീഴിലെ പ്രവർത്തനപദ്ധതിയാണ്. പ്രണയത്തിന്റെ ഉപാധികളെ പൊളിച്ചുകൊണ്ട്, ആ വാക്കിനെ അവനവനിലേക്കും വസ്തുലോകത്തിലേക്കും ഒറ്റശലഭത്തിലേക്കും കവി വിസ്താരപ്പെടുത്തുന്നു. പ്രണയത്തെക്കുറിച്ചുള്ള ഒരു കവിതയിൽ കവി ഇങ്ങനെ പറയുന്നു:

ആഴപ്പരപ്പുകൾ ഭയപ്പെടുത്തുന്നതിനാൽ
ഞാൻ തിരിഞ്ഞു നടക്കട്ടെ

(പ്രണയസാഗരം)

ഇതിൽ പ്രണയത്തിന്റെ മുൻധാരണകളെ ഉടച്ചുകളയുന്ന എന്തോ ഉണ്ട്. പെണ്മയുടെ മാത്രമായ നോട്ടങ്ങളിൽ തെളിഞ്ഞു വരുന്ന ബദൽ യഥാർത്ഥ്യങ്ങളും അർത്ഥങ്ങളും അനുഭവങ്ങളും കവിതകളിൽ ഉടനീളം വായനക്കാർക്ക് കാണാവുന്നതാണ്. സ്ത്രീയുടെ അനുഭവങ്ങളും അതിന്റെ ആവിഷ്കാരങ്ങളും പൊതുവായ ഒരു ഭാഷാഘടനയിൽ നിന്നും വ്യത്യസ്തമാണ്. പെണ്മയുടെ അനുഭവാവിഷ്കാരങ്ങളുടെ അനുപമമായ ഭാഷയെക്കുറിച്ച് സിമോൺ ഡി ബുവേ, ജൂലിയ ക്രിസ്തേവ തുടങ്ങിയ പല ചിന്തകരും പറഞ്ഞിട്ടുണ്ട്. പെണ്മയുടെ ആത്മാർത്ഥമായ ആവിഷ്കാരങ്ങളിൽ ഒക്കെയും ഒരു അനുപമഭാഷയ്ക്കായുള്ള ശ്രമങ്ങളുണ്ടാകും. ഈ എഴുത്തുകളിൽ പലയിടത്തും അത്തരമൊരു ശ്രമത്തിന്റെ രേഖകൾ കാണാം.

വേരുകൾ പിണഞ്ഞ അടിവയറ്റിനും മുകളിൽ
ഉച്ചിയിലെ കൊമ്പിന്റെ താഴെയായാണ്
തേൻനിറച്ച് ഒറ്റശലഭത്തെ ഊട്ടിയത്

(ഒറ്റശലഭം)

ഇങ്ങനെ അനുഭവനിലങ്ങളുടെ വൈവിദ്ധ്യവും ആവിഷ്കാരത്തിലെ നോട്ടങ്ങളുടെ വ്യത്യാസവും അനുപമമായ ഒരു ഭാഷയ്ക്കായുള്ള ശ്രമവും കവിതകളുടെ മുദ്രകളായി പറയാം. പെണ്മയും പെൺനോട്ടവും എല്ലാ കവിതകളുടെയും തലങ്ങളിലോ ഉൾത്തലങ്ങളിലോ പ്രത്യക്ഷമായിക്കൊണ്ടിരിക്കുന്നു.

'ഉയിർത്തെഴുന്നേല്പ്' എന്നൊരു കവിതയുണ്ട് ഈ സമാഹാരത്തിൽ. ചവിട്ടിത്താഴ്ത്തപ്പെട്ട ആഴങ്ങളിൽ

നിന്നും കയ്പേറിയ അനുഭവങ്ങളുടെ സമുദ്രം കുടിച്ചു വറ്റിച്ചു വരുന്ന പെണ്മയെക്കുറിച്ചാണ് ഈ കവിത. കവിതയെക്കുറിച്ചുള്ള തന്റെ കാഴ്ചപ്പാടുകൂടി ഈ കവിതയിൽ കവി ഉള്ളടക്കിയിട്ടുണ്ട് എന്നു ഞാൻ കരുതുന്നു.

ശുദ്ധീകരണമാണ് പ്രീതി രഞ്ജിത്തിന് കവിത. ശുദ്ധീകരണത്തിലൂടെ സാദ്ധ്യമാകുന്ന ഉയിർത്തെഴുന്നേല്പ്. ലോകം ഉതിർക്കുന്ന അഴുക്കും പൊടിയും കുടഞ്ഞു കളയുന്ന ശുദ്ധീകരണത്തെക്കുറിച്ചു പറയുമ്പോൾ ഈ കവി ഉയർത്തിപ്പിടിക്കുന്ന ഒരു ബിംബമുണ്ട്. ഉടലിൽ പറ്റിയ മണ്ണ് ലാഘവത്തോടെ കുടഞ്ഞു കളയുന്ന സിംഹത്തിന്റെ ബിംബം. വായുവിൽ അവസാനിക്കുന്ന ഒരു ചുറ്റു ഗോവണിയുടെ വിഷാദദൃശ്യത്തിൽ നിന്നാണ് ഈ വായനക്കുറിപ്പ് ആരംഭിച്ചത്. അവസാനിക്കുന്നത് സിംഹബിംബത്തിലും. ഇവയ്ക്കിടയിലൂടെ വായനക്കാരെ ജീവിതത്തിലേക്കും കവിതയിലേക്കും ജാഗ്രത്താക്കുന്നു പ്രീതി രഞ്ജിത്തിന്റെ കവിതകൾ.

■

വാറിൽ പൂക്കളുള്ള ചെരുപ്പ്

നാട്ടിലെത്തിയതും വാറിൽ നിറയെ
പൂക്കളുള്ള സുന്ദരിച്ചെരുപ്പ്
ഉമ്മറക്കോലായിലെ പടിയിൽ
അലങ്കാരത്തിനായി ഊരിയിട്ടു

അറബിപ്പൊന്നും പണവും
വാരാൻ പോയവളെക്കാണാൻ
ദേ വരുന്നു ആശയോടെ
നാലുവീടപ്പുറത്തെ ശാരദേമ
വില കൂടിയ ചെരുപ്പാ
ശാരദേമടെ അസൂയക്കണ്ണുകൾ
പൂക്കളുള്ള ചെരുപ്പിനെ പൊതിഞ്ഞു
ഉം, ഉള്ളിൽ നിന്നും പ്രവാസി മൂളി

കറുപ്പുനിറമുള്ള പൂക്കളില്ലാത്ത
തന്റെ ചെരുപ്പൂരി അവർ
പൂക്കളുള്ള സുന്ദരിച്ചെരുപ്പിനോട്
ചേർത്തുവച്ചു ഗദ്ഗദകണ്ഠയായി

ആയിരത്തിന്റെ രണ്ട് നോട്ടെടുത്തു
ശാരദേമയുടെ കയ്യിൽ പിടിപ്പിച്ചു
പൂക്കളുള്ള ചെരുപ്പ് വാങ്ങൂ
എന്നവൾ ഉദാരമനസ്കയായി

വെറും പത്തുദിർഹംസ് വിലയുള്ള
പൂക്കളുള്ള ചെരുപ്പ് അവളെ നോക്കി
നീ മിണ്ടരുത് നമ്മൾ രണ്ടും പ്രവാസികളാ
അവൾ ചെരുപ്പിനെ നോക്കി കണ്ണുരുട്ടി. ■

സ്ത്രീ, പഴയ ഒരു വീട്

അവൾ പഴയ ഒരു വീടാകുന്നു
അവിടവിടായി കുമ്മായം അടർന്നു
തൂങ്ങിനിൽക്കുന്ന ചുമരുകൾ

ചിലയിടങ്ങളിൽ
കാലം കോറിവരച്ച പാടുകൾ
അധ്വാനത്തിന്റെ, അവഗണനയുടെ
പുകമൂടി കറുത്ത ഉത്തരങ്ങൾ

ജീവിതച്ചൂടിന്റെ കാഠിന്യത്താൽ
നരച്ചുതുടങ്ങിയ മേൽക്കൂര
വല്ലപ്പോഴും മാത്രം വിടരുന്ന
പൂവുകളുള്ള പൂന്തോട്ടം

അവൾ പഴയ ഒരു വീടാകുന്നു
അവസ്ഥകളാൽ നിറം മങ്ങിയാലും
സ്നേഹത്തിന്റെയും പഴമയുടെയും
ഗന്ധം പരത്തുന്ന ഒരു വീട്. ■

ചെമ്മീൻ

അവൾക്ക് ചോറിനെന്നും ചെമ്മീനായിരുന്നു
ഒരുസം ഓറഞ്ച് നിറമുള്ള ചമ്മന്തിയായി
ഒരുസം ചുവപ്പുനിറമുള്ള വറവലായി
ഒരുസം മൊരുമൊരാ ഉള്ളിയിട്ട് വറ്റിച്ച്
മറ്റൊരുസം തേങ്ങയരച്ച് മാങ്ങയിട്ട
മഞ്ഞനിറമുള്ള ഒഴിച്ചു കറിയായി

എന്നുമവളുടെ ചോറിൻപാത്രം തുറന്നാൽ
ചെമ്മീൻമണം ചുറ്റും പരക്കും
ആർക്കും കൊടുക്കരുതെന്നമ്മ പറഞ്ഞു
അവൾ എന്നെ നോക്കി മൊഴിയും
ഞാൻ പയറുപ്പേരി വകഞ്ഞുമാറ്റി
മോരുകറിയൊഴിച്ച ചോറ് വാരിക്കഴിക്കും

കൂട്ടുകാരിക്കെന്നും ചെമ്മീൻ
വീട്ടിൽ ഞാൻ പരിഭവം പറഞ്ഞു
ചെമ്മീനോ, നല്ല വിലയാ
ആയമ്മ അത്ഭുതം കൂറി
പച്ചക്കറിയേ കഴിക്കാൻപാടു
എന്നമ്മമ്മ ന്യായം പറഞ്ഞു
ഒരിക്കൽ ഒരുച്ചയ്ക്ക് അവൾക്ക്
ചോറിന് തേങ്ങാച്ചമ്മന്തി മാത്രം
സന്തോഷത്തോടെ ഞാനെന്റെ
പച്ചക്കറികളവൾക്ക് പകുത്തുനൽകി

അന്ന്, വാസൂന്റെ പെട്ടിക്കടയിൽക്കയറി
ഒരുരൂപയുടെ പാക്കറ്റച്ചാറിന്റെ കൂടെ
അഞ്ചുരൂപയുടെ ഉണക്കച്ചെമ്മീൻ വാങ്ങി
ജാള്യതയോടെ അവളെന്നെ നോക്കി
ആ അഞ്ചുരൂപ ചെമ്മീൻപൊതി-
കൊണ്ടാണവളുടെ അമ്മ
ഒരാഴ്ച ചോറ്റുപാത്രത്തിൽ
അത്ഭുതങ്ങൾ തീർത്തിരുന്നതത്രെ

കാലങ്ങൾക്കുശേഷമവളെക്കണ്ടപ്പോൾ
ആ ചെമ്മീൻ മണം ഓർമ്മയിലെത്തി
അത്യാനന്ദത്തോടെ ഓർമ്മകൾ പകുത്തുനൽകേ
ഞാനതൊന്നും ഓർക്കുന്നേയില്ല എന്നവൾ

അത്രമേൽ പ്രിയത്തോടെ ഓർത്തുവച്ചത്
എന്തിനെന്നോർത്തു ഞാൻ മൂകയായി. ■

കാസപില

കാസപില, യാത്രയിൽ കണ്ടുമുട്ടിയവൾ
മെടഞ്ഞുചുറ്റി മുകളിലേക്കടുക്കിവച്ച മുടിയും
ഏതോ എണ്ണയുടെ അപരിചിതഗന്ധവും
മ്ലാനത കുടിയേറിപ്പാർത്ത മുഖവും
ഞാൻ കറുത്തവൾ, കാസപില
അവൾ പരിചയപ്പെടുത്തി

അതിനെന്തെന്നു ഞാനത്ഭുതം കൂറി
മാറ്റി നിർത്തപ്പെട്ടവർ എന്നവൾ
ഇക്കാലത്തും, എന്നു ഞാൻ രോഷാകുലയായി
നിറങ്ങളും ആചാരങ്ങളും മതങ്ങളും
രാജ്യങ്ങളുമായി വേർതിരിക്കപ്പെട്ടവരെക്കുറിച്ച്
അവൾ അത്യന്തം വാചാലയായി

ഇക്കാലത്തും എന്നു ഞാൻ വ്യാകുലയായി
നിറത്തിന്റെ, പണത്തിന്റെ പ്രത്യയശാസ്ത്രത്തിനു
കാലാന്തരമില്ലെന്നവൾ സങ്കടത്തോടെയോതി
ഇന്ത്യയിൽ അങ്ങനെയല്ലല്ലേ
സാകൂതം അവളെന്നെ നോക്കി
ഉത്തരത്തിനായ് സ്വന്തം രാജ്യത്തിലൂടെ
മനസ്സുകൊണ്ടൊന്നു കറങ്ങി
ദൃശ്യമായ, അദൃശ്യമായ മതിലുകൾ
അനേകം മതിലുകൾ എന്നെപ്പൊതിഞ്ഞു
നാനാത്വത്തിൽ ഏകത്വം ഒറ്റ വരികൊണ്ട്

എന്റെ രാജ്യത്തെ രക്ഷിച്ചു ഞാൻ
പുഞ്ചിരികൊണ്ട് ജാള്യത മറച്ചു

അവൾ, കാസപില
കറുത്തവരുടെ പ്രതിനിധി
നിസ്സംഗയായി എന്നെ നോക്കി. ■

പെണ്ണ്

അന്നവളുടെ പെണ്ണുകാണലായിരുന്നു
മുറപോലെ മംഗളമായ് എല്ലാം നടന്നു
വീടും ചുറ്റുപാടും പെണ്ണിനേയും ഇഷ്ടമായി
പത്തും പത്തും കൊടുക്കാമെങ്കിൽ കെട്ട് നടക്കും
പെണ്ണിന് ഇഷ്ടമായോ, അഭിപ്രായമാർക്കറിയണം
അവർ സ്ത്രീധനക്കണക്കിന്റെ തിരക്കിലാണ്

ചുറ്റും രണ്ടാവർത്തി ചുറ്റിക്കണ്ടു ബോധിച്ച
കാരണോർക്ക് അടുക്കളയും കാണണമെന്ന്
അതുകേട്ട പെണ്ണിന്റച്ഛനും അമ്മാവനും ഞെട്ടി
വീട് മോടിപിടിപ്പിച്ചവർ അടുക്കളയെ മറന്നിരുന്നു

പുലർവെട്ടം തൊട്ടന്തിവരെ വെച്ചുവിളമ്പി
പുകയേറ്റ് നരച്ച അടുക്കളത്തറയിൽ ചാരി
പുറംവേദനയുമായി അമ്മച്ചി നിൽക്കുന്നു
വീട്ടിലെ ആണുങ്ങളും വിരുന്നുകാരും
തിന്ന് ബാക്കിയാക്കിയ എല്ലും മുള്ളും
അവശിഷ്ടങ്ങളും മൂലയ്ക്ക് കിടക്കുന്നു

സിങ്കിൽ, കഴുകാനുള്ള പാത്രങ്ങൾ
അനാഥരായി കുമിഞ്ഞു കൂടിക്കിടക്കുന്നു
അമ്മയ്ക്കും പെണ്മക്കൾക്കും മാത്രം
അവസാനം വടിച്ചു കഴിക്കാനായി
ചിക്കൻകറിയുടെയും ഉലത്തിയതിന്റെയും
ചരുവങ്ങൾ തറയിൽ കൂട്ടിയിട്ടിരിക്കുന്നു

ചെറുക്കൻകൂട്ടർ മൂക്കത്തു കൈവച്ചു
കുട്ടിയുടെ വൃത്തിയും സ്വഭാവവും
അടുക്കള കണ്ടാലറിയാമെന്നൊരു കാർന്നോർ
സ്ത്രീധനം പത്തിന് പകരം ഇരുപതാക്കിയാൽ
വൃത്തിയൊരു പ്രശ്നമല്ലെന്ന് മറ്റൊരു കാർന്നോർ

പെണ്ണ് ചെറുക്കന്റെ വീട്ടിലല്ലേ നിക്കേണ്ടത്
ആ അടുക്കളയുടെ വൃത്തി നോക്കി
കാര്യം തീരുമാനിക്കാമെന്നൊരു പെൺശബ്ദം
ഏവരും ആശ്ചര്യത്തോടെ നോക്കി
അതവളായിരുന്നു, പെണ്ണ്. ■

ഒഴിഞ്ഞ ഇടനാഴി

ആളൊഴിഞ്ഞ നിശ്ശബ്ദമായ ഇടനാഴിയിലെ
ചുമരുകളെ നോക്കിയും ചിന്തിക്കാനുണ്ടേറെ

നടന്നുപോയ വഴിയിൽ പലരും പറഞ്ഞതിൽ
എന്തൊക്കെയാവുമവ ആരുമേയറിയാതെ
അടയാളപ്പെടുത്തിയിട്ടുണ്ടാവുക

പരസ്പരം വഴക്കിട്ട് പോകുന്ന
ഇടതുവശത്തെ മൂന്നാമത്തെ ഫ്ളാറ്റിലെ
ഭാര്യയും ഭർത്താവും
രഹസ്യം പറഞ്ഞ് തോളിൽ കയ്യിട്ട്
ചേർത്തുപിടിച്ചു പോകുന്ന
ലിഫ്റ്റിനടുത്തെ ഫ്ളാറ്റിലെ
പെണ്ണും രഹസ്യക്കാരനും
ആരും കേൾക്കാത്തത്ര പതുക്കെ
ജീവിതപ്രശ്നങ്ങൾ പറഞ്ഞു പോകുന്ന
വലതുവശത്തെ
രണ്ടാമത്തെ ഫ്ളാറ്റിലുള്ളവർ
മക്കളെ അടിച്ചു ചീത്തപറഞ്ഞു
വീട്ടിലാക്കി വാതിലടയ്ക്കുന്ന അമ്മമാർ

ആരും കേൾക്കേണ്ടാത്ത രഹസ്യങ്ങൾ
പരസ്പരമോതി ലിഫ്റ്റിലേക്ക്
നടക്കുന്ന കൂട്ടുകാരികൾ

അങ്ങനെയങ്ങനെ എത്രപേർ
ഒഴിഞ്ഞ ഇടനാഴിയെന്ന് ധരിച്ചു
സ്വതന്ത്രരായി നടക്കുന്നോർ

അവർ എന്നെങ്കിലും ചോദിക്കുമോ
ഈ ഒഴിഞ്ഞ ഇടനാഴിക്ക്
എന്താണ് പറയാനുണ്ടാകുകയെന്ന്. ■

കരിമീൻ

വലിയ വഴക്ക്ദിവസങ്ങൾക്കുശേഷമാണവർ
വഴക്ക് തീർക്കാനായി ബോട്ടുയാത്രയ്ക്ക് പോയത്
കരിമീന്റെ മണം മൂക്കിലടിച്ചപ്പോഴാണവർ
ബോട്ട് കടയോട് ചേർത്ത് കരയ്ക്കടുപ്പിച്ചത്
കരിമീന്റെ സ്വാദ് കൊണ്ടാണവർ
വറവിന്റെ കൂട്ട് ചോദിച്ചത്
ഉപ്പും മുളകും മഞ്ഞളും നാരങ്ങനീരും
എന്നവർ എളുപ്പത്തിൽ പറഞ്ഞപ്പോഴാണ്
അതുതന്നെ ഞാനും പുരട്ടുന്നത്
എന്നവൾ അത്ഭുതം കൂറിയത്
കൈപ്പുണ്യം വേണമെന്നു പറഞ്ഞു
അവൻ ഉറക്കെ ചിരിച്ചപ്പോഴാണ്
ഒരുപാട് ചിരികൾ കൂട്ടുവന്നത്
ആ കൂട്ടച്ചിരിക്കൂട്ടം കണ്ടാണവൻ
അവളെ നോക്കി പുച്ഛച്ചിരി ചിരിച്ചത്
അതുകണ്ടാണവൾ കരയിലിട്ട കരിമീൻപോലെ
പിടഞ്ഞു കായലിലേക്കെടുത്തു ചാടിയത്

മീനിനു സ്വാദില്ലെന്ന് കെട്ട്യോൻ പറഞ്ഞതിന്
കെട്ട്യോൾ ആറ്റിൽച്ചാടിച്ചത്തെന്നു വാർത്ത
കേട്ടവർ വീണ്ടും വീണ്ടുമവളെ കളിയാക്കി
കഷ്ടംവച്ച് ചുറ്റിലും കൂടി നിന്നു

ഒരിക്കൽ മരിച്ചതുകൊണ്ട്
മരിച്ചതുകൊണ്ടുമാത്രം അവൾ

പ്രതികരിക്കാനാവാതെ കിടന്നു
അതിനുമുൻപുള്ള വഴക്കിന്റെ കാരണം
ആരും ചോദിച്ചതുമില്ല, അറിഞ്ഞതുമില്ല
പരിഹാസങ്ങൾക്കിടയിൽ കാഴ്ചവസ്തുവായി
വെള്ളത്തുണി പുതച്ച് അവളങ്ങനെ കിടന്നു. ■

ഉടമ്പടിക്കാട്

ആദ്യപടിയിലെ ഉടമ്പടി
മറ്റൊരാളെയും എന്നോളം
സ്നേഹിക്കല്ലേ എന്നതായിരുന്നു

ഉടമ്പടി പാലിക്കപ്പെടുന്നുണ്ടോ
എന്നയാൾ സദാ ജാഗരൂകനായി

രണ്ടാം ഉടമ്പടി
എനിക്കിഷ്ടമുള്ള വസ്ത്രം
മാത്രം നീ ധരിക്കുക
അതീവ ശ്രദ്ധയോടെ എന്നും
അയാളത് ഉറപ്പുവരുത്തി

മൂന്നാം ഉടമ്പടി
നിന്റെ മനോഹരശബ്ദം
എനിക്കുമാത്രം ശ്രവ്യമാകണം
ഇടയ്ക്കിടെ അതയാൾ
പ്രണയപുരസ്സരം ഓർമ്മിപ്പിച്ചു

അയാൾ ഉപേക്ഷിച്ചാൽ അവളും
അയാളെ ഉപേക്ഷിച്ചാൽ അവളും
മരിക്കണമെന്ന്, നാലാം ഉടമ്പടി

കൂടെ
ഉപേക്ഷിച്ചാൽ കൊല്ലുമെന്നയാൾ
സ്നേഹത്തോടെ മൊഴിഞ്ഞു

ഉടമ്പടികളിൽ നിന്നും
വേരുകൾ പടർന്നു
വളർന്നൊരു കാടായി
അവളെ പൊതിഞ്ഞു

അവൾ
അധികാരവേരുകൾ പറിച്ചെറിഞ്ഞു
സധൈര്യം ഇറങ്ങി നടന്നു
സ്വാതന്ത്ര്യത്തിന്റെ വഴിയിലൂടെ
ഉടമ്പടിക്കാടിൽ നിന്നും പുറത്തേക്ക്. ■

ഹൈക്കുകവിത

കടലോളം തിരകൾ ഉള്ളിൽ ഒളിപ്പിച്ച
ഹൈക്കുകവിതയാണ് പെണ്ണ്

ഉടൽ മാത്രം തിരഞ്ഞു
കണ്ണുകൾ കൊണ്ടളവെടുക്കുന്നവരേ
അവളുടെ മനസ്സിന്റെ
ആഴമളക്കാൻ നിങ്ങൾക്കാവില്ല

അവളിൽ പരിമിതികളുടെ
അതിർവരമ്പുകൾ വരയ്ക്കുന്നവരേ
അവളുടെ കഴിവുകളെ
തളച്ചിടാൻ നിങ്ങൾക്കാവില്ല

തടസ്സങ്ങൾ ഭേദിച്ച് പറന്നുയരുമ്പോൾ
ചിറകുകൾ വെട്ടാൻ ആയുന്നവരേ
അവളുടെ ലക്ഷ്യബോധത്തെ
തടുക്കാൻ നിങ്ങൾക്കാവില്ല

പല വഴികൾ അടഞ്ഞാലും
പുതുവഴികൾ തേടി
ലക്ഷ്യബോധത്തോടെ സധൈര്യം
അവൾ മുന്നേറുകതന്നെ ചെയ്യും

കുന്നോളം അർത്ഥം ഉള്ളിൽ ഒളിപ്പിച്ച
മൂന്നുവരി കവിതയാണ് പെണ്ണ്
തീ നാളംപോൽ ജ്വലിക്കുന്ന
ഒരു ഹൈക്കുകവിത. ■

പിരിയൻ ഗോവണി

ചിലർ
ആകാശത്തേക്ക് കയറിപ്പോകുന്ന
ഒറ്റത്തൂണുള്ള പിരിയൻഗോവണിപോലെ
പകുതി പടവുകൾ കയറി
മുകളിലേക്ക് നോക്കിയാൽ
മനോഹരമായ നീലാകാശം
താഴേക്കു നോക്കിയാൽ
ഹരിതാഭമാർന്ന ഭൂമി
നേരെ, ശ്രദ്ധയോടെ നോക്കിയാൽ മാത്രം
അവിശ്വസനീയമാം യാഥാർത്ഥ്യം ദൃശ്യമാകും

ആകാശത്തേക്ക് കയറിപ്പോകുന്ന
ഒറ്റത്തൂണുള്ള പിരിയൻഗോവണിപോലെ
ചിലർ. ■

കൊല്ലം 2040

കപ്പിയിൽ കയർ വലിയുന്ന ശബ്ദം
ഇഴഞ്ഞു നീങ്ങുന്ന ജീവിതതാളം
താഴ്ന്നും ഉയർന്നും ജുഗൽബന്ദിപോലെ
ചുമരിലെ കരിപിടിച്ച കലണ്ടർ
സൂക്ഷിച്ചു നോക്കി
കൊല്ലം 2024തന്നെ

കറന്റ് ബില്ല് കൂടുന്നെന്ന പരാതിയിൽ
കപ്പിയും കയറും അരകല്ലും അമ്മിയും
ഒളിച്ചിരുന്നിടത്തുനിന്നും പുറത്തുവന്നു
അഞ്ചുകൊല്ലമായി അടച്ചുതീരാത്ത
സ്ത്രീധനത്തുകയാണത്രെ കാരണം

ഗോമതിയുടെ മരുമോൾ സീതയുടെ
പ്രസവം വീട്ടിൽ ആക്കിയത്രേ
ആശുപത്രിച്ചെലവിന് കാശില്ലെന്ന്
രണ്ടു ദിവസം അലറിക്കരഞ്ഞു
മൃതപ്രായയായവൾ പ്രസവിച്ചു
സുഖപ്രസവം, ആൺകുട്ടി

സന്തോഷം ആഘോഷിക്കാൻ
ലഡ്ഡു വാങ്ങാൻ ഓഡി കാറിലാണ്
കേട്ട്യോൻ ബേക്കറിയിൽ പോയത്
ചോരയൊലിച്ചു കിടക്കുന്നോൾക്ക്
എന്ത് സന്തോഷം, എന്ത് ലഡ്ഡു

ശൈലജേടത്തീടെ മരുമോൾ
ചിറയിൽ വീണു വീർത്തുപൊന്തി

സ്ത്രീധനം കൊടുത്ത വീടിന്റെ നിറം
ചെറുക്കന് തീരെ ഇഷ്ടമായില്ലത്രെ

കൊല്ലം രണ്ടായിരത്തിഇരുപത്തിനാല്
രണ്ടായിരത്തി നാൽപ്പത്
കേരളം
കെട്ടാത്ത പെണ്ണുങ്ങളുടെ നാട്
സമാധാനമുള്ള സുന്ദരമുഖങ്ങൾ
അവ പെണ്ണുങ്ങളുടേതത്രെ. ■

പ്രണയലോകം

പ്രണയത്തിലായിരിക്കുമ്പോൾ
ചിലരെന്ത് ഭംഗിയുള്ളവരാണ്
ഒന്നിച്ചിരുന്നാൽ ചുറ്റും
അത്ഭുതലോകം തീർക്കുന്നവർ

ആകാശത്തോളം വിശാലമായ പുണരലാൽ
സ്നേഹത്തിൻ കാവലാളാകുന്നവർ

ആഴിയോളം അഗാധമായ ചുംബനത്താൽ
പ്രണയത്തിൻ അടിമകളാകുന്നവർ

ഹൃദയഭിത്തികളിൽ പരസ്പരം
പ്രണയോന്മാദങ്ങൾ വരച്ചുവയ്ക്കുന്നോർ

മഴ പെയ്യുന്നതും വെയിൽ ഉദിക്കുന്നതും
അവർക്കുവേണ്ടി മാത്രമെന്നും
കാറ്റുവീശി ഇലകളാടുന്നതും
പ്രണയത്താലെന്നും വിശ്വസിക്കുന്നോർ

പരസ്പരവിശ്വാസം നഷ്ടപ്പെടുന്നതോടെ
പ്രണയത്തിൻ മായാലോകം നിശ്ചലമാകുന്നു
ഇരുവരിൽനിന്നും പ്രണയം ഉൾവലിയേ
അവർ രണ്ടു മനുഷ്യർ മാത്രമാകുന്നു

പ്രണയത്തിലായിരിക്കുമ്പോൾ മാത്രം
ചിലരെന്തു ഭംഗിയുള്ളവരാണ്. ■

ചില മഴകൾ

ശോകാർദ്രയായ ഒരുവളുടെ
ആർദ്രമാം നേത്രങ്ങളിൽ നിന്നും
അവൾ പോലുമേയറിയാതെ
വൃഥാ ഉതിർന്നു വീഴുന്ന
കണ്ണുനീർത്തുള്ളികൾ പോലെ
ചില മഴകൾ
പൊടുന്നനെ ചാറിപ്പോകുന്ന മഴകൾ

ദുഃഖം ഉള്ളിൽ ഘനീഭവിച്ചു
പെയ്യാൻ വഴികൾ തേടുമ്പോഴും
കരയരുതെന്നമ്മ പറഞ്ഞതിനാൽ മാത്രം
കറുത്ത കാർമേഘങ്ങളാക്കി
അവൻ മനസ്സിൽ കെട്ടിനിർത്തിയ
ചില മഴകൾ
പെയ്തൊഴിയാനാകാത്ത മഴകൾ. ■

വായന

വാക്കുകൾ വള്ളിപ്പടർപ്പുകളായ് പടർന്നു
പൂക്കുകയും പുഷ്പിക്കുകയും
പൂമ്പാറ്റകളായ് പാറിപ്പറന്നു
വർണ്ണശബളമാം ലോകം സൃഷ്ടിക്കുകയും
വണ്ടുകളെപ്പോൽ മൂളി
അസ്വസ്ഥരാക്കുകയും ചെയ്യുന്നത്
നിങ്ങൾ അറിഞ്ഞിട്ടുണ്ടോ

പുസ്തകം തുറക്കുവിൻ
അത്രമേലിഷ്ടത്തോടെ വായിക്കുവിൻ
പുസ്തകങ്ങളെ പ്രണയിച്ചു തുടങ്ങുവിൻ. ■

ഒറ്റയ്ക്കിരിക്കുന്ന അവനവനിടങ്ങൾ

തനിച്ചിരിക്കലുകൾ അവനവനിലെ
സ്വത്വത്തിലേക്കുള്ള ആഴ്ന്നിറങ്ങലുകൾ
സ്വന്തം മനസ്സിനെ കേൾക്കുന്നതോളം
സ്വസ്തി നേടാവുന്നതെന്തുണ്ട് ഭൂവിൽ
തിരിച്ചറിവിനേക്കാൾ മൂല്യവത്തായതെന്തുണ്ടീ-
സ്വയംഭൂവായ പ്രകൃതിയിൽ

ഒറ്റയ്ക്കിരിക്കുന്ന അവനവനിടങ്ങളേക്കാൾ
മനോഹരമായ നിമിഷങ്ങൾ ഏതുണ്ട്. ■

പ്രണയസാഗരം

ഹേ, സാഗരമേ, നിൻ അലകൾ
ശ്രുതിമധുരമാം ഗാനമുതിർക്കുന്നു

ആർദ്രമാം ഇളംനീല നിറമെൻ
മനതാരിൽ കുളിർമ്മ പടർത്തുന്നു

നിന്നെ തഴുകിയെത്തിയ കാറ്റെൻ
കാതിൽ പ്രണയമോതുന്നു

ആർദ്രത ഇഷ്ടമെങ്കിലും സഖേ
ആഴപ്പരപ്പുകൾ ഭയപ്പെടുത്തുന്നതിനാൽ
ഞാൻ തിരിഞ്ഞു നടക്കട്ടെ. ■

നീ

നിന്നെ കണ്ടുമുട്ടിയതെവിടെവെച്ചാണ്
ആസ്വദിച്ചു വായിച്ച ഏതോ
കഥയിലെ കഥാപാത്രമായോ
അക്ഷേഷ്യമരങ്ങൾ വഴികാട്ടുന്ന
നടപ്പാതയിലൂടെ നടത്തത്തിലെപ്പോഴോ
തമ്മിലുടക്കിയ കണ്ണുകളായോ

മഞ്ഞുമൂടിയ ദിനങ്ങളിലൊന്നിൽ
കുളിർമ്മയേകിയ പുഞ്ചിരിയായോ
നിദ്രയുടെ നീലവിഹായസ്സിലെവിടെയോ
അറിയാതെയുദിച്ച ഒറ്റനക്ഷത്രമായോ
നേർത്ത വെളിച്ചം വിതറുന്ന മുറിയിൽ
പുസ്തകങ്ങളെത്തിരയുന്ന വിരലുകളായോ

അലസമായ യാത്രയിലെവിടെയോ കണ്ട
തിളക്കമുള്ള കണ്ണുകളായോ
വിരസമായ ദിനങ്ങളിൽ കേട്ട
സ്നേഹമാർന്ന ശബ്ദമായോ
നാം കണ്ടുമുട്ടിയതെവിടെവച്ചാണ്
ഇല്ല, നാമിതുവരെ കണ്ടുമുട്ടിയിട്ടേയില്ല. ■

സ്നേഹം

സ്നേഹം
പ്രതീക്ഷകളുടെ കൂമ്പാരങ്ങളില്ല
സ്വാർത്ഥതയുടെ ശ്വാസംമുട്ടലുകളില്ല
തിരിച്ചു കിട്ടുമെന്ന പ്രതീക്ഷകളില്ല
പ്രണയത്തിന്റെ ബന്ധനങ്ങളില്ല
ബന്ധങ്ങളുടെ കെട്ടുപാടുകളില്ല

സ്നേഹം
നിലാവുപോൽ തെളിച്ചമാർന്ന
നക്ഷത്രങ്ങളെപ്പോൽ തിളക്കമാർന്ന
സ്വതന്ത്രമായൊരു വികാരം

സ്നേഹിപ്പിൻ, മനമറിഞ്ഞു
മനം നിറഞ്ഞു സ്നേഹിപ്പിൻ. ■

ദൈവത്തിന്റെ കൈയൊപ്പ്

ജാലകച്ചില്ലയിലൂടെ പടർന്ന ശംഖുപുഷ്പമേ
ശിരസ്സുയർത്തി നോക്കും നിൻ ഹരിതാഭമാർന്ന
കുഞ്ഞിളം ഇലകളിൽ നിന്നൂർന്നു നിൽക്കും
ഹിമകണവും അതിലുദിച്ചോരാ ആദിത്യശോഭയും
പുലർകാലവേളേ മനതാരിൽ ഒളിവീശി
പുലരിതൻ സൗരഭ്യം പരത്തി
ഹൃത്തിൽ തംബുരു മീട്ടുന്ന
ദൈവത്തിന്റെ മനോഹര കയ്യൊപ്പ് നീ. ■

ചിരികൾ

ചിരികൾ പലതരമുണ്ടീയുലകിൽ
സ്നേഹച്ചിരി, സന്തോഷച്ചിരി, സങ്കടച്ചിരി
പരിചയച്ചിരി, പരിഹാസച്ചിരി, പുച്ഛച്ചിരി
അങ്ങനെ നീളും പലവിധ ചിരികൾ
ഈവക ചിരികൾക്കെല്ലാം നമുക്ക്
തിരിച്ചു നൽകാം, ഒരു സ്നേഹച്ചിരി. ■

ഏകാന്തത

കേൾക്കാൻ ആളില്ലാത്തതിനാൽ വാക്കുകൾ
ഏകാന്തതയിൽ മുങ്ങി മരിച്ചു
അവയുടെ പ്രേതങ്ങൾ ഉറക്കെയുറക്കെ
സംസാരിച്ചുകൊണ്ടിരിക്കുന്നു
തിരിച്ചു പറയാനോ
ഇപ്പോൾ വാക്കുകളുമില്ല. ■

നിസ്വാർത്ഥ വട്ട്

നീ ആരോടാണ് ചിരിക്കുന്നത്?
പൂക്കളോട്

അവയെന്നോടും ചിരിക്കുന്നു
നിഷ്കളങ്കമായി ചിരിക്കുന്നു
മനുഷ്യരേക്കാൾ മനോഹരമായി
സ്നേഹമുള്ള പുഞ്ചിരി
ചുറ്റിലും പാറിക്കളിക്കുന്നു
നിസ്വാർത്ഥസ്നേഹം

അതെ! വട്ടാണോ
നിസ്വാർത്ഥ സ്നേഹമെന്ന വട്ട്. ■

നു, സ, യാ

നുണ
വർണ്ണക്കവറിൽ
പൊതിഞ്ഞ പാവയ്ക്കപോൽ
രുചിച്ചറിഞ്ഞാൽ കയ്ക്കും
തിരിച്ചറിഞ്ഞാൽ രുചിക്കും

സത്യം
സത്യം നെല്ലിക്കപോൽ
ആദ്യം ചവർക്കും
പിന്നെ മധുരിക്കും

യാഥാർത്ഥ്യം
തരിപ്പോടെ നുണഞ്ഞിറക്കാം
വെളുത്ത പഞ്ഞിമിട്ടായിപോൽ
നാവിലങ്ങനെ അലിഞ്ഞില്ലാതെയാകും. ■

സ്വം

മനസ്സിന്റെ ജനാലകൾക്കപ്പുറം
നിഴൽയുദ്ധം നടത്തുന്നവർക്കിടയിലാണ്
ഞാനെന്നെ സ്വയം തിരിച്ചറിഞ്ഞത്

ഏവരിൽനിന്നും വ്യത്യസ്തയായി
അത്യന്തം ശാന്തതയോടെ
നിഴലുകൾക്കിടയിലൂടെ ഊർന്നുവരുന്ന
നൂൽവെളിച്ചത്തിലേക്ക് പ്രതീക്ഷയോടെ
നോക്കിനിൽക്കുന്ന കണ്ണുകളും
പുഞ്ചിരിക്കുന്ന ചുണ്ടുകളും
അവ എന്റേതുതന്നെ

അത്രമേൽ മനോഹരമായി
ഞാനെന്നെ നോക്കി പുഞ്ചിരിക്കവേ
അത്രമേലിഷ്ടത്തോടെ മറുപുഞ്ചിരി
എനിക്കേകുന്നതും ഞാനല്ലാതാര്. ■

എന്റെ സാമ്രാജ്യം

എന്റെ സാമ്രാജ്യത്തിനധിപയും
ശത്രുവും ഞാൻ തന്നെ
വാളും പരിചയും ചുരികയും
എനിക്കുമാത്രം സ്വന്തം

മുറിവേറ്റുവീണു രുധിരം കിനിയുന്നതും
സ്വയമൊപ്പിത്തുടയ്ക്കുന്നതും
വിജയത്താൽ സന്തോഷചഷകം
സത്വരം മൊത്തിക്കുടിക്കുന്നതും
ആത്മാഭിമാനത്തിൻ മധുനുകർന്നാത്മ-
സിംഹാസനത്തിൽ നിവർന്നിരിക്കുന്നതും
ഹരിതചാരുതയേറുമെൻ മട്ടുപ്പാവിൽ
സായാഹ്നക്കാറ്റേറ്റു മയങ്ങുന്നതും
ശാന്തമാമെൻ മാനസോദ്യാനത്തിൽ
പുഷ്പങ്ങൾ നട്ടുവളർത്തുന്നതും
മാനസാം ആഴിതന്നാഴങ്ങളിൽ വൃഥാ
ഊളിയിട്ടു നയനങ്ങൾ നനയ്ക്കുന്നതും
സ്വയമണഞ്ഞൊരു ആത്മനിർവൃതീ തീരത്തു
പ്രീതിയാൽ വാടികൾ തീർക്കുന്നതും ഞാൻ

യുദ്ധം നയിക്കുന്നതും ജയിക്കുന്നതും
തോൽക്കുന്നതും ഞാൻ
എന്റെ സാമ്രാജ്യത്തിന്നധിപയും
ശത്രുവും ഞാൻ മാത്രം. ■

വിചാരണ

കരകവിഞ്ഞു വഴിമാറിയൊഴുകാൻ
നിർബന്ധിതയായെന്ന്, പുഴ

കാലംതെറ്റി പെയ്തതിന്റെ
കാരണീഭൂതനെത്തേടുന്നെന്ന്, മഴ

കാരണഹേതു ഒട്ടുമേയറിയാതെ
കുത്തിയൊലിച്ചൊഴുകുമ്പോൾ
ഗദ്ഗദം ഒതുക്കിയെന്ന്, മണ്ണ്

മണ്ണിലേക്കാഴ്ന്നു പോകാനുള്ള
വഴികളടഞ്ഞതിനാലാണെന്ന്, വെള്ളം

പ്രതികളെല്ലാം വിചിന്തനം ചെയ്തു
സ്വയം ന്യായവാദം നടത്തവേ
കന്മഷം ചെയ്തതാരെന്ന സത്യം
വിരൽ ചൂണ്ടുന്നതാർക്കുമേൽ. ■

പുസ്തകം

വായിച്ചു ഭ്രമിച്ച ഒരു പുസ്തകം
വീണ്ടും നോക്കിയിരുന്നിട്ടുണ്ടോ
പ്രണയം കത്തി നിൽക്കുന്ന സമയത്ത്
കാമുകനെ നോക്കുന്നപോലെയാണത്

വായിച്ച ഓരോ വരികളും
മനസ്സിൽ തുള്ളിത്തുളുമ്പും
ഓരോ രംഗങ്ങളും നമ്മിൽ
വികാരവിക്ഷോഭത്തിരകളിളക്കും
കഥാപാത്രങ്ങൾ വീണ്ടും ഒത്തുകൂടും

പ്രിയപ്പെട്ടയാൾക്കൊപ്പം നിൽക്കുമ്പോൾ
തിരമാലകളിലിൽപോലും കേൾക്കുന്ന
മധുരസംഗീതം നമ്മിൽ അലയടിക്കും
ആ ഭ്രമത്തിൽ നിന്നുമിറങ്ങിപ്പോരാനാകാതെ
പിന്നെയും നാമതിൽ കുടുങ്ങിക്കിടക്കും
തീരത്തേക്കടുക്കാതെ നടുക്കടലിൽ
നങ്കൂരമിട്ട ഏതോ കപ്പൽപോലെ

നിങ്ങൾ
വായിച്ചു ഭ്രമിച്ച ഒരു പുസ്തകം
വീണ്ടും വീണ്ടും നോക്കിയിരുന്നിട്ടുണ്ടോ. ■

ചില നേരത്തെ പല ചിന്തകൾ

ദീർഘചതുരത്തിൽ നിന്നും സമചതുരത്തിലേക്കും
സമചതുരത്തിൽനിന്നും വൃത്തത്തിലേക്കും
തഥാ ബിന്ദുവിലേക്കുമെത്തി നിൽക്കുന്നു
അക്കങ്ങളുടെ കണക്കില്ലാതെ
പല നേരത്തെ ചില ചിന്തകൾ

ഉച്ചിയിൽ നിന്നും അനുസരണയില്ലാതെ
ചുരുണ്ടുചിതറിക്കിടക്കുന്ന മുടിയിഴകൾപോലെ
ഒട്ടുമേ അടക്കവും ഒതുക്കവുമില്ലാതങ്ങനെ
ചില നേരത്തെ പല ചിന്തകൾ

ചില നേരത്തെ പല ചിന്തകളും
പല നേരത്തെ ചില ചിന്തകളും
ചിത്തത്തിലിരുന്നു കലപില കൂട്ടി
തുറന്നുവിട്ടപ്പോഴാണ് മൊഴിഞ്ഞത്
അവ മനസാം കാരാഗൃഹത്തിലായിരുന്നെന്ന്. ■

ലോക്കറുകൾ

നിഗൂഢമായ അനുഭവങ്ങൾ
മനസ്സിലൊളിപ്പിച്ച മനുഷ്യർ
പാസ്‌വേർഡ് ഇട്ടുപൂട്ടിയ
ഇരുമ്പ് ലോക്കറുകളെപ്പോലെ

തുറന്നാലോ, കേട്ടു മടുക്കാത്ത
ജീവിതകഥകളുടെ ശലഭങ്ങളാൽ
നമ്മിൽ അവ വിസ്മയലോകം തീർക്കും
ആവലാതികളോ ആ ലോകത്ത്
കേവലം മിന്നിയണയുന്ന
കുഞ്ഞുനക്ഷത്രങ്ങൾ മാത്രം

എത്രയെത്ര അത്ഭുത മനുഷ്യരാണ്
ഇനിയും പിടിതരാതങ്ങനെ, നമുക്കു ചുറ്റും. ■

കനവുകൾ

ഹൃദയത്തിൽ ഹൃദയം കോർത്തു
നെയ്ത സ്വപ്നങ്ങൾ
സ്നേഹസന്ദേശവുമായി
നിന്നരികിലേക്കു ചിറകുകളിളക്കി
പറന്നടുക്കും വെള്ളരിപ്രാവുകളായ്

നിദ്രയുടെ ഏഴാംയാമത്തിൽ
നീലത്തടാകത്തിൽ പറന്നിറങ്ങി
അരയന്നങ്ങളായി പുനർജനിച്ചവ
നിന്റെ നിശ്വാസങ്ങളിൽ നീന്തിത്തുടിച്ചു
കൊക്കുരുമ്മി നിൻ സ്വപ്നത്തിൻ
ഏദൻതോട്ടത്തിൽ പിറവിയെടുക്കും
നിന്നിലൊരു വല്ലരിയായ് പടർന്നു
പൂക്കളിൻ സുഗന്ധം നിറച്ചു നിന്നെത്തഴുകും

പ്രോജ്വലമായ ആദിത്യരശ്മികൾ
ശാന്തമാം നിദ്രയെ ഭേദിക്കവേ
നിന്നിൽ നിറഞ്ഞ വെറുമൊരു കനവായ്
അവയെന്നിലേക്ക് മടക്കയാത്ര തുടങ്ങും. ■

എഴുതിത്തെളിഞ്ഞ ഒരുവളുടെ കൂട്ടാവണോ?

എഴുതിത്തെളിഞ്ഞ ഒരുവളുടെ
കൂട്ടാവുക എന്നത്
അവളുടെ സർഗ്ഗാത്മകതയ്ക്ക്
കൂട്ടാവുക എന്നതുകൂടിയാണ്

അക്ഷരങ്ങളിലെ അഗ്നിയും
വാക്കുകളിലെ ചൂടും
അവളിൽ ആളിപ്പടരുമ്പോൾ
നിങ്ങൾ അസ്വസ്ഥനാവാതിരിക്കുക

നീതിക്കായി എഴുത്തിനാൽ
പടവെട്ടുന്ന തിരക്കിലാവുമവൾ
അല്ലെങ്കിൽ
എഴുത്തിന്റെ ലോകത്ത് ആറ്റിക്കുറുക്കി
അടുക്കിപെറുക്കുന്ന തിരക്കിലുമാകാം

അതുമല്ലെങ്കിൽ
ഭാവനയുടെ ലോകത്ത് വിരാജിച്ചു
കഥാപാത്രങ്ങളോട് സംവദിക്കുകയുമാകാം

ചിലപ്പോളവൾ
തഴുകുന്നത് എഴുത്തിനാലാകും
അതിൽ പ്രണയമൂറും വരികൾ
തിരഞ്ഞു നിങ്ങൾ നിരാശനാകാം

അവളുടെ പുസ്തകത്തിലെ
അറുപത്തിനാലാം പേജിലെ

എനിക്കേറ്റം പ്രിയപ്പെട്ടവനേ
എന്നു തുടങ്ങുന്ന വരികൾ
നിങ്ങൾക്കു വേണ്ടിയുള്ളതാണെന്ന്
തീരെ അറിയാതെ പോകാം

അത്രത്തോളം മനോഹരമായി
വാക്കുകൾ കൊണ്ടടയാളപ്പെടുത്താൻ
അറിയാത്തതിനാൽ നിങ്ങൾ
മനസ്സിലായില്ലെന്ന് നടിച്ചതുമാകാം

ചിലനേരങ്ങളിലവൾ സ്നേഹിക്കുന്നത്
അവളുടെ മാത്രം ഭാവനാലോകത്തേക്ക്
നിങ്ങളെ ചേർത്ത് നടത്തിയാകാം

ആ ലോകത്തിലൂടെ ഒറ്റയ്ക്കങ്ങനെ
ഭ്രമിച്ചു നടക്കുന്നവളെ നിങ്ങൾക്ക്
തീരെ മനസ്സിലാകാതെ വരാം

നീ എന്താണിങ്ങനെ എന്ന്
പലവുരു ചോദിച്ചെന്നും വരാം

എഴുത്തിന്റെ ലോകത്ത് വിരാജിക്കുന്ന
അവൾ അത് ശ്രദ്ധിച്ചെന്നുകൂടി വരില്ല

തീരെ പരിചിതമല്ലാത്ത ലോകത്ത്
എത്തിപ്പെട്ടപോലെ നിങ്ങളപ്പോൾ
തിരിച്ചിറങ്ങാൻ വഴികൾ തേടും
നിന്റെ എഴുത്തിനോടാണ് പ്രണയം
എന്ന നുണ പറഞ്ഞു നിങ്ങൾ
തിരിഞ്ഞു നോക്കാതെ ഇറങ്ങിപ്പോകും

അപ്പോഴും
അവൾ എഴുതിക്കൊണ്ടിക്കുകയാകും

എഴുതിത്തെളിഞ്ഞ ഒരുവളുടെ കൂട്ടാവുക
എന്നതത്ര എളുപ്പമെന്ന് കരുതിയോ. ■

ജീവിതമതിസാഗരം

ജീവിതം ഇടിയപ്പത്തിലെ നൂലുപോലെ
കെട്ടിപ്പിണഞ്ഞും മുറുകിയും അയഞ്ഞും

ചില കുരുക്കുകൾ
അഴിക്കാൻ നോക്കിയാൽ പൊട്ടിപ്പോകും
ചിലത് കൂടുതൽ മുറുകും

ചിലർ
പ്രശ്നങ്ങൾ തീർക്കാൻ കുരുക്കഴിച്ച്
ഒറ്റയാൾ യുദ്ധം നടത്തും

മറ്റു ചിലർ
കുരുക്കിൽപെട്ടുഴറി വൃഥാ
ജീവിതം ജീവിച്ചു തീർക്കും

വേറെ ചിലർ
കുരുക്കുകളെ ആ വഴിക്കുവിട്ട്
സ്വന്തം പാത തേടും

ജീവിതങ്ങൾ
ത്യാഗങ്ങളും വിട്ടുവീഴ്ചകളും

വിജയിച്ചവരോ
ജീവിതവ്യഥകളിൽ തീവ്രമായ്
പൊരുതി ഉയർത്തെഴുന്നേറ്റവരും. ■

ഉയിർത്തെഴുന്നേൽപ്പ്

നിങ്ങൾക്കവളെ ചരിത്രത്തിൽ രേഖപ്പെടുത്താം
ചവിട്ടിത്താഴ്ത്തപ്പെട്ട ആഴങ്ങളിൽനിന്നും
കയ്പ്പേറിയ അനുഭവങ്ങളുടെ സമുദ്രം
സ്വയം കുടിച്ചുവറ്റിച്ചു അവളിതാ
വീണ്ടും ഉയിർത്തെഴുന്നേറ്റിരിക്കുന്നു

നിങ്ങളുതിർത്ത അഴുക്കും പൊടിയും
പെൺസിംഹം മണ്ണുകുടഞ്ഞുകളയുന്ന
ലാഘവത്തോടെ കുടഞ്ഞു കളഞ്ഞിരിക്കുന്നു
ഈ ഉയിർത്തെഴുന്നേൽപ്പ്

നിങ്ങളെ അവ ഭയപ്പെടുത്തുന്നോ
വാക്കുകൾ കൊണ്ടു നിങ്ങൾ
ഉണ്ടാക്കിയ മുറിപ്പാടുകളിൽ
ആത്മവിശ്വാസത്തിന്റെ തേൻ പുരട്ടി
അവളിതാ അതിജീവിച്ചിരിക്കുന്നു

നന്മയുടെ പ്രകാശം താങ്ങാൻ കരുത്തില്ലാത്ത
കണ്ണുകൾ കൊണ്ടവളെ നോക്കരുത്

തിരിച്ചറിവുകൾ നെയ്ത സ്വപ്നതുല്യമായ
പ്രഭാതത്തിലേക്ക് മാത്രമാണ് ഇനിയവൾ
ഓരോ ദിനവും ഉയിർത്തെഴുന്നേൽക്കുക

നിങ്ങൾക്കവളെ ചരിത്രത്തിൽ രേഖപ്പെടുത്താം
ജീവിതത്തെ അഗ്നിയിൽ സ്ഫുടം ചെയ്ത്
വീണ്ടും ഉയിർത്തെഴുന്നേറ്റവളെന്ന്. ■

കഥകൾ

ഗ്രാമങ്ങളിൽ കഥകളുണ്ട്
പല നാവിലൂടെ പാടിപ്പതിഞ്ഞു
പലരിലൂടൊഴുകുന്ന കഥകൾ
ഒഴുകിയൊഴുകി നദികൾ പോലെ
നീളവും ആഴവുമുള്ള കഥകൾ
വൃക്ഷങ്ങൾ പോലെ പടർന്നു
പല ശാഖകളുള്ള കഥകൾ

നഗരങ്ങളിലോ
നഗരങ്ങളിലും കഥകളുണ്ട്
ആരോരുമറിയാതെ, ആരിലുമെത്താതെ
അടച്ചിട്ട ഫ്ളാറ്റുകളിലും വീടുകളിലും
തിരക്കേറിയ തെരുവുകളിലും
ഒതുങ്ങി വീർപ്പുമുട്ടുന്ന കഥകൾ. ■

പ്രണയം, സ്ത്രീപക്ഷം

സ്ത്രീക്ക് പ്രണയമെന്നത്
പരിഗണിക്കപ്പെടുക എന്നതാണ്
കേൾക്കാനാളുണ്ടാകുക എന്നതുമാണ്
മനസ്സിനെ തൊട്ടുതഴുകി
സ്നേഹത്തോടെ മിണ്ടിയും
പരിഭവങ്ങൾ പറഞ്ഞും കേട്ടും
അവളിലെക്കിറങ്ങിച്ചെല്ലാം

ഒരുവേള ഒന്നുമേ മിണ്ടാതെ
വിദൂരതയിലേക്ക് ഒരുമിച്ചു
നോക്കിയിരിക്കുന്നതുപോലും
ഒരുവളിൽ പ്രണയം നിറയ്ക്കും
ആ കണ്ണുകളിലേക്ക് നോക്കൂ
പ്രണയാർദ്രമായ് തുടിക്കുന്നില്ലേ

ഒരുവളിലേക്ക് കടന്നുകയറി
തിരിച്ചിറങ്ങാമെന്ന് കരുതാതിരിക്കുക
ഉന്മാദത്താൽ ചുറ്റിപ്പിണഞ്ഞ
വള്ളിക്കാടുകൾക്കുള്ളിൽ കുടുങ്ങി
നിങ്ങൾക്കവളിൽ നിന്നുമൊരു
മടക്കം സാധ്യമല്ലാതെയും വരാം. ■

കണക്കുപുസ്തകം

മനപ്പൂർവം മറക്കാൻ ശ്രമിക്കുന്നതൊക്കെയും
ഒന്ന് കുറിച്ചു വച്ചോണം
ജീവിതത്തിലെ കൂട്ടലുകൾക്കും
കിഴിക്കലുകൾക്കും അരികെ
പിന്നീട് ഓർത്തെടുക്കുമ്പോൾ
കണക്ക് തെറ്റാതിരിക്കാൻ. ■

ഇര, അല്ല, അതിജീവിത!

ഇര
ഘനമൗനങ്ങൾ തളംകെട്ടിയ
ഇരുണ്ട മുറിയിലെ
തുറന്നിട്ട വാതായനങ്ങളിലൂടെ
അനുവാദമില്ലാതെ ഇരച്ചു കയറിയ
വരണ്ട കാറ്റിന്റെ പൊള്ളുന്ന
ചുംബനങ്ങളേറ്റു വീർപ്പുമുട്ടിയ
ചുണ്ടുകൾ നനയ്ക്കാനവൾ
വൃഥാ ശ്രമിച്ചുകൊണ്ടിരുന്നു

ഒന്നുമേ സംവദിക്കാനില്ലാതെ
പാതി മാഞ്ഞുതുടങ്ങിയ ജീവിതചിത്രത്തിന്
വീണ്ടും വീണ്ടും നിറം കൊടുത്ത്
ശോണിമ കലർന്നു പരന്നൊഴുകിയ
ചിത്രത്തിൽനിന്നും ഉയിരിന്റെ ശലഭങ്ങൾ
ആത്മാവിലുരഞ്ഞു പറന്നകന്നു

അതിജീവിത
വിളറി വെളുത്ത്, പ്രതീക്ഷയറ്റ
ജീവിതക്യാൻവാസിൽ അവൾ
ചിത്രങ്ങൾ വരച്ചു ചേർത്തു

പതിയെ പതിയെ മങ്ങിയ ക്യാൻവാസിൽ
നിറങ്ങൾ തെളിഞ്ഞു വന്നു
ഒരു കോണിലൂടെ ഏണിതൻ കൈവരി
പിടിച്ചവൾ മുകളിലേക്കുകയറി

ഓരോ പടവുകളും കയറവേ
കരഘോഷങ്ങൾക്ക് എണ്ണമേറി
ഉയരങ്ങൾ വീണ്ടും താണ്ടി

സന്തോഷത്താലവൾ കരങ്ങൾ വീശി
തള്ളിപ്പറഞ്ഞവരെയും കല്ലേറിഞ്ഞവരെയും
അവൾക്കിപ്പോൾ താഴെ കാണാം

പലരിൽ ഒരുവളായി
കറുത്ത പൊട്ടുകൾ പോലെ. ■

ഒറ്റ

ഞാൻ പറഞ്ഞതൊന്നുമേ
നിങ്ങൾക്ക് മനസ്സിലായില്ല
നിങ്ങൾക്ക് മനസ്സിലായതേതോ
എനിക്കും മനസ്സിലായില്ല

എനിക്കോ നിങ്ങൾക്കോ
മനസ്സിലാകാത്തതോർത്തും
മനസ്സിലാക്കാത്തതോർത്തും
മൗനം എന്നിൽ കൂടുകൂട്ടി

ഇപ്പോൾ
നിങ്ങളോട് സംസാരിച്ചിരിക്കുമ്പോഴും
ഞാൻ ഒറ്റയ്ക്കാകുന്നു
ചിന്തകളുടെ വള്ളിക്കൂടുകൾക്കുള്ളിൽ
തികച്ചും ഒറ്റയ്ക്ക്. ■

ചില വാക്കുകൾ

ചില വാക്കുകളുണ്ട്
വിശ്വാസത്താൽ നമ്മെ പൊതിഞ്ഞു
അന്ധരാക്കുന്ന വാക്കുകൾ

ബന്ധങ്ങൾ ബാധ്യതയായി
നമ്മെ കുരുക്കുന്നതുവരെ മാത്രം
കേൾക്കാനിമ്പമുള്ള വാക്കുകൾ

അവ കുറിച്ചു വയ്ക്കാനായി
വെറുതെ കുറിച്ചുമാത്രം വയ്ക്കാനായി
മനസ്സിന്റെ ഒരു ചുമർ മാറ്റിവയ്ക്കുക. ■

ഒട്ടകം

ചുട്ടുവിങ്ങി മണൽ പാറുന്ന സൈകതം
ഏറെദൂരം താണ്ടിയാൽ ലക്ഷ്യമെത്താം
ഒരുപക്ഷേ എത്താതെയുമിരിക്കാം

കാലുകൾ മണലിൽ താഴ്ന്നുപോകാം
മറ്റുവഴി അറിയാത്തതിനാൽ മാത്രം
ഒരേവഴി താണ്ടുന്ന അനേകം കാലുകൾ

എത്ര താണ്ടിയാലും അറ്റമില്ലാതെ
ദിശയറിയാതെ ദൂരമറിയാതെ
പരന്നു കിടക്കുന്ന ജീവിതം
അതിൽ ഒട്ടകംപോലെ ചിലർ. ■

ഭാര്യ മരിച്ചവനെക്കുറിച്ചുള്ള ചിന്തകൾ

നാട്ടുകാർ
ഭാര്യ മരിച്ചവൻ
എന്താണ് ചിന്തിക്കുന്നുണ്ടാകുക
ആരാണവന്റെ അടുക്കള ഭരിക്കുക
അടുപ്പിൽ നിന്നും പുക ഉയരുന്നോ

കുട്ടികൾ വിശന്നു കരയുന്നുണ്ടാകുമോ
അവൻ ദുഃഖത്താൽ നീറുന്നുണ്ടാകുമോ

അവൻ
വാട്സാപ്പിൽ കാമുകിയുമായി
സല്ലപിക്കുന്ന തിരക്കിലാണ്

കുട്ടികളോ
കുട്ടികൾ മൊബൈലിലും ടാബിലും
ഗെയിംസ് കളിക്കുന്ന തിരക്കിലും

പോയവളോ
ഏറെ പ്രിയപ്പെട്ടവൻ വളരെപ്പെട്ടെന്നു
സന്തോഷലോകം സൃഷ്ടിച്ചതും നോക്കി
അവർക്കരികിൽ അദൃശ്യയായി
തിരിച്ചറിവുകളുടെ മൗനത്തിൽ. ■

ജീവിതം തിരിച്ചറിഞ്ഞവൾ

ജീവിതം തിരിച്ചറിഞ്ഞവളുടെ ചിന്തകൾക്ക്
വല്ലാത്ത ശാന്തതയായിരിക്കും
അസ്തമയസൂര്യന്റെ കടുംചുവപ്പിൽ
ഇളംചൂട് ചേർന്ന ശാന്തത

ഓളങ്ങളില്ലാതൊഴുകുന്ന നദിപോലെയവൾ
ഭാരമില്ലാതെ ഒഴുകിത്തുടങ്ങിയിരിക്കും

തീരങ്ങളിൽനിന്നും വർണ്ണമൊഴിഞ്ഞു
ഒഴുകിയൊഴുകി ആർദ്രമായ്
അവളുടെ ചിന്തകളും അല്ലലില്ലാതെ
അനുഭവങ്ങളുടെ ആഴപ്പരപ്പിൽ
അലിഞ്ഞു ചേർന്നിരിക്കും

അമിതസന്തോഷങ്ങളും സന്താപങ്ങളും
മനസിന്റെ ആഴപ്പരപ്പിൽ പതിയെ
അലിഞ്ഞു ഇല്ലാതായിത്തുടങ്ങിയിരിക്കും

ജീവിതം തിരിച്ചറിഞ്ഞവളുടെ ചിന്തകൾക്ക്
എപ്പോഴും തികഞ്ഞ ശാന്തതയായിരിക്കും. ■

സാങ്കൽപ്പികയാമങ്ങൾ

നിന്നോളം ഒരു വസന്തവും
എന്നിൽ പൂവിട്ടിട്ടില്ല
നിന്നോളം ഒരു മഴയും
എന്നിൽ പെയ്തിറങ്ങിയിട്ടില്ല
നിന്നോളം ഒരു വേനലും
എന്നിൽ ചൂടേൽപ്പിച്ചിട്ടില്ല
നിന്നോളം ഒരു മഞ്ഞും
എന്നിൽ കുളിരേകിയിട്ടില്ല
നീ, എന്നിലെ സാങ്കൽപ്പികയാമങ്ങളിൽ
നിശാശലഭങ്ങൾ പൂക്കുന്നയിടം. ■

പെൺതടവറ

അടുക്കളയൊരു തടവറയാണ്
അവൾക്കായ് അവനൊരുക്കിയ തടവറ
നിന്റെ മാത്രം ഇടമെന്ന ചാപ്പകുത്തി
മനോഹരമായി അവളെ അടച്ചിടുന്ന തടവറ

കറികളുടെ രുചി വർണ്ണിച്ചും
അടുക്കളയുടെ വൃത്തിയിൽ പ്രശംസിച്ചും
പാത്രങ്ങളുടെ തിളക്കത്തിൽ അതിശയപ്പെട്ടും
വെച്ചുവിളമ്പിയതിൽ സന്തോഷംതൂകിയും
സ്നേഹം കൊണ്ടു പൂട്ടുകൾ തീർത്തു
വാക്കുകളാൽ അവളെ പൂട്ടിയിടുന്നിടം

അവളോ അടുക്കളയുമായി
അത്രമേൽ സ്നേഹത്തിലുമാകുന്നു

ഇന്ന്
അടുപ്പിലുണ്ടാക്കിയ അടവേണമെന്ന
മധുര നിർദേശത്തോടൊപ്പമവൻ
അടുപ്പുകത്തിക്കാൻ കൈസഹായമേകാമെന്നേറ്റു
അത്യത്ഭുതത്തോടെ അവൾ വിറകുകൂട്ടിയതും
അടുക്കളയിൽ ഭർത്താക്കന്മാർ സഹായിക്കണം
എന്ന വാർത്ത വന്ന പത്രമവൻ
തീ കത്തിച്ചു അടുപ്പിലേക്കു തിരുകി
പത്രം ആളിക്കത്തി തീ വിറകിലേക്ക് പടർന്നു
വീണ്ടും ആ തടവറയിലവൾ ഒറ്റയ്ക്കായി. ■

അപരിചിതരായ പരിചിതർ

കാലങ്ങൾക്കുമുൻപേ കണ്ടുമുട്ടേണ്ടതായിരുന്നെന്ന
മധുരപരിഭവം വീണ്ടും വീണ്ടും പറഞ്ഞ്
പരിചയമില്ലായ്മയിൽ നിന്നും കാറ്റുപോലെ
ജീവിതത്തിലേക്ക് കയറിവരുന്ന ചിലരുണ്ട്

നാമറിയാതെ, അനക്കമില്ലാതെ പൊടുന്നനെ
സൗഹൃദത്തിൽ നിന്നും ഇറങ്ങിപ്പോകുന്നവർ
നഷ്ടങ്ങളില്ലാത്തതിനാൽ പരാതിക്കിടതരാതെ
എവിടെയോ പെട്ടെന്ന് അപ്രത്യക്ഷരായവർ

കാലങ്ങൾക്ക് മുൻപേ
അത്രമേൽ പ്രിയപ്പെട്ടവരായിരുന്ന
മറ്റു ചിലരുണ്ട്

ഒന്നിച്ചുനടന്ന വഴികളും
കൂടിപ്പറഞ്ഞ കഥകളും
കൂട്ടായി ആസ്വദിച്ച പാട്ടുകളും
ഒന്നിച്ചാഘോഷിച്ച നിമിഷങ്ങളും
ഓർക്കാനൊരുനിമിഷം ഇടകൊടുക്കാതെ
കാലാനുസൃതമായി അപരിചിതരായവർ

അങ്ങനെയും ചിലരുണ്ട്
അപരിചിതരായ പരിചിതർ. ■

ഞാനും അവനും

ഞാൻ
അനാവശ്യമായി മൂക്കിനുതാഴെ
മുളച്ചുപൊന്തിയ കുഞ്ഞരിരോമങ്ങൾ
പറിച്ചുനീക്കുന്ന തിരക്കിലായിരുന്നു

അവൻ
അത്യന്തം പ്രൗഢിയോടെ
കൂർത്തുനിൽക്കുന്ന മീശരോമങ്ങൾ
മിനുക്കുന്ന തിരക്കിലും

ഞാൻ
ജീവിതവീക്ഷണകോണുകളെക്കുറിച്ച്
വൃഥാ വാചലയായപ്പോൾ

അവൻ
സ്വന്തം കൈകൾ വൃത്തിയാക്കുന്നതിൽ
മാത്രം ശ്രദ്ധാലുവായി

ഞാൻ
വ്യഥകളും ആധികളും ഓർത്ത്
വൃഥാ നെടുവീർപ്പിടുമ്പോൾ

അവൻ
ജനാലയ്ക്കപ്പുറം ചിറകുമിനുക്കുന്ന
പ്രാവിനെനോക്കി ക്രുദ്ധനായി മുരണ്ടു

ഞാൻ
നാളത്തെ പ്രാതലിനെന്തുണ്ടാക്കുമെന്നും

ചെലവിലെന്ത് മിച്ചംപിടിക്കാമെന്നും
അയൽപ്പക്കക്കാരി പുഞ്ചിരിക്കാത്തതും
ചിന്തിച്ച് ആകുലയായിരിക്കുമ്പോൾ

അവൻ
തന്റെ ചെറിയ പാത്രത്തിൽനിന്നും
ഭക്ഷണം മുഴുവനായും കഴിച്ചു
കയ്യും മുഖവും തുടച്ചുമിനുക്കി
ഉറക്കത്തിലേക്ക് കടന്നിരുന്നു

ഞാനോ
ബാൽക്കണിയിൽ ഉറക്കമില്ലാതെ ചിന്തകളുടെ
ഉയരത്തുനിന്നും താഴോട്ട് നോക്കിനിൽക്കുന്നു. ■

യാത്ര

നമുക്കൊരു യാത്ര പോകണം
നാം കൈപിടിച്ചു നടന്ന വഴിയിലൂടെ
നമ്മിലെ അകലം കുറയ്ക്കാനൊരു യാത്ര

പച്ചപ്പരവതാനി വിരിച്ച വഴിയോരത്തെ
പിണഞ്ഞുനിൽക്കുന്ന മരങ്ങൾ
പണ്ട് ചേർന്നുനടന്നത് ഓർമിപ്പിക്കും

വെള്ളമേഘപ്പുതപ്പണിഞ്ഞ മലകൾ
നെറ്റിയിൽ തന്ന ചുംബനം ഓർമിപ്പിക്കും

മഞ്ഞുപുതപ്പിനുള്ളിൽനിന്നും
തലയുയർത്തി നിൽക്കുന്ന
കുഞ്ഞുപൂക്കൾ പണ്ട് ഓതിയ
സ്നേഹമന്ത്രങ്ങൾ ഓർമിപ്പിക്കും

ഊളിയിട്ടുവന്നു കുളിരണിയിക്കുന്ന കാറ്റ്
പ്രണയപൂർവ്വം ചേർന്നിരുന്നത് ഓർമ്മിപ്പിക്കും

കിളികളുടെ ചിലമ്പിച്ച ഒച്ച
കാലംതെറ്റി വന്ന കാരണമറിയാത്ത
വഴക്കുകളുടെ നിസ്സാരത ഓർമിപ്പിക്കും

മഞ്ഞുപുതച്ച വഴിയിൽ നിന്നും
നാം നടന്നു കയറുമ്പോൾ
നിനക്കും എനിക്കുമിടയിലെ
ദൂരം പതുക്കെ കുറഞ്ഞു

നമ്മിൽ ഓർമ്മകളുടെ വസന്തം
പരവതാനി വിരിച്ചു കാണും
അതിലൂടെ നാം വീണ്ടുമൊന്നായി

കൈപിടിച്ചു ചേർന്നുനടക്കും
നമുക്കൊരു യാത്ര പോകണം
മനസ്സിന്റെ അകലം കുറയ്ക്കാനായി
നമുക്കു മാത്രമായൊരു യാത്ര. ■

ഒറ്റശലഭം

വേരുകൾ പിണഞ്ഞ അടിവയറ്റിനും മുകളിൽ
ഉച്ചിയിലെ കൊമ്പിന്റെ താഴെയായാണ്
തേൻനിറച്ചു ഒറ്റശലഭത്തെ ഊട്ടിയത്
ഹൃദയത്തിൽ നട്ടുവളർത്തിയ
മധു അധരങ്ങളിലൂടെ പ്രവഹിപ്പിച്ചു

അവളവന്റെ പ്രണയിനിയായി
നിശാഗന്ധി പൂത്ത ഉന്മാദഗന്ധം നിറച്ചു
അവൻ അവളിലേക്ക് പറന്നിറങ്ങി
ചിറകു തളർന്നു അവനവളിൽ വിശ്രമിച്ചു

തളർച്ച മാറി ചിറകുകൾ കുടയവേ
അവളുടെ വാടിയ ഇലകൾക്കിടയിലൂടെ
കണ്ണുകൾ വിടർന്ന സൂര്യകാന്തിയിലുടക്കി
അവളുടെ ആലിംഗനം ഭേദിച്ചു
അവൻ ആ മഞ്ഞവസന്തത്തിലേക്ക് പറന്നു

അവൻ ഒരു ശലഭമത്രെ
ഒരു പൂവിൽ നിന്നും മറ്റൊരു പൂവിലേക്ക്
ചടുലമായി പറക്കാനറിയുന്ന ഒറ്റശലഭം. ■

നിളയുടെ പ്രതിഷേധം

ഒരേ പാതയിൽ നേർരേഖയിൽ ഗമിച്ചു
തന്നിലേക്കുള്ള അടയാളങ്ങൾ
മറവിതൻ കവാടത്തിനപ്പുറമുപേക്ഷിച്ചു
മണ്ണിൽ കോറി വഴി തിരഞ്ഞു
പാതി പൊട്ടിയ നഖമുനകളും
ആഴങ്ങൾ താണ്ടിയ കണ്ണുകളും
കണ്ണുനീരുപ്പിനാൽ വിണ്ടു കീറിയ
ചുണ്ടുകളുമായൊരു ഭ്രാന്തിപോൽ, നിള

പടുമുള പൊട്ടിയ വേരുകൾ അവളിലെ
വെള്ളമൊഴിഞ്ഞ സൈകതത്തെ ആഞ്ഞുപുണർന്നു
ഋതുഭേദങ്ങളറിയാതെ ചൂടേറ്റുവാങ്ങിയ സിരകൾ
ചുട്ടുപഴുത്തു അഗ്നിസ്ഫുലിംഗങ്ങളായ് പുനർജനിച്ചു

ആർത്തനാദമായ് പൊട്ടിയൊലിച്ച വ്രണങ്ങൾ
പ്രളയമായ് ധരണിയിൽ ഒഴുകിപ്പടരവേ
പരിതപിക്കുന്ന കണ്ണുകൾ നോക്കിയവൾ
വിജയത്തിൻ പരിഹാസച്ചിരി ചിരിച്ചു

മാലിന്യങ്ങളുമേന്തി ഒഴുകി ആഴിയിലലിയുന്ന
തോൽവിയുടെ ഉപ്പിനേക്കാൾ അവൾക്കിഷ്ടം
പ്രതികാരത്തിൻ ചവർപ്പത്രെ. ■

തത്ത്വമസി

ഞാൻ ചുമരുകളില്ലാത്ത
ആകാശമായി മാറിയപ്പോഴാണല്ലോ
എന്റെ ആത്മാവ് നിന്നിലാണെന്ന്
നീയെൻ കാതിലോതിയത്

അന്ന് ഭൂമിയുടെ
നേർത്ത അതിർവരമ്പുകൾ
ശൂന്യതയിൽ ലയിച്ചു

വെള്ളനിറം കൈവരിച്ചിരുന്ന
മേഘപ്പരപ്പിലൂടെ സ്വതന്ത്രമായി
ഒഴുകി നീങ്ങുമ്പോൾ
നീയെന്റെ കാതിൽ ഓതിയവ
നിനക്ക് ഓർമ്മയുണ്ടോ

ലോകചരാചരങ്ങളെ ഒരൊറ്റത്തട്ടിൽ
ഒരേപോലെ ദൃശ്യമാകെ
അന്ന് ഞാൻ മൗനമായി
നിന്നെ കേട്ടുകൊണ്ടിരിക്കുകയായിരുന്നു. ■

നേരം

നേരവും കാലവുമില്ലാ ചിലർക്കെന്നാൽ
നല്ല നേരത്തിനായ് കാത്തുനിൽക്കും ചിലർ

നേരമില്ലാതെ നെട്ടോട്ടമോടും ചിലർ

നേരം കൊല്ലാനായി പാടുപെടും ചിലർ

നേരമോ നേരോടെ നേരത്തിനൊപ്പം
മുന്നോട്ട് മുന്നോട്ട് മുന്നോട്ടു തന്നെ. ■

ലോക്ക്ഡൗൺ കോളനി

സൂര്യകിരണങ്ങളുടെ പ്രകാശനാളം
കൊറോണരൂപം പ്രാപിച്ചു
ലോക്ക്ഡൗൺ കോളനിക്കുചുറ്റും കറങ്ങി

കൊടുത്തുതീർക്കാനുള്ള പലചരക്കുബില്ലുകൾ
സായന്തനക്കാറ്റേറ്റ് പതിയെ മയങ്ങി
വയറ്റിൽ നിന്നും വിശപ്പിന്റെ സൈറൺ
നിർത്താതെപോയ ശതാബ്ദി എക്സ്പ്രസ്സ്പോലെ
കാലിയായ പേഴ്സ് മേശമേൽ കിടന്നു

സ്നേഹനിധികളായിരുന്ന അയൽപ്പക്കത്തേക്ക്
പ്രതീക്ഷയോടെ എത്തിനോക്കി
പ്രവാസകാലത്ത് ദിനേ പതിവായി
കുശലം പറയാറുണ്ടായിരുന്നവർ
വീടിനുള്ളിൽ കയറി വാതിലടച്ചു

പുഷ്കരകാലമോർത്തു നെടുവീർപ്പിടെ
കാലിയായ അക്കൗണ്ടും ശൂന്യമായ മനസ്സും
കണ്ണുനീർഗ്രന്ഥികളെ ഉത്തേജിപ്പിച്ചു
ചിന്തകൾ കറുത്ത മഴമേഘങ്ങൾപോൽ
പെയ്തൊഴിയേണ്ട സ്ഥലം തിരഞ്ഞു

ജനിതകമാറ്റം പഠിക്കാനിറങ്ങിയ
പത്തുനൂറു കൊറോണക്കുഞ്ഞുങ്ങൾ
ലോക്ക്ഡൗൺ കോളനിയിൽ കയറിയിറങ്ങി

പ്രവാസിയിൽ നിന്നും മുൻപ്രവാസിയായി
ജോലിരഹിതരും വരുമാനരഹിതരുമായവർ
ലോക്ക്ഡൗൺ കോളനിമതിലിൽ ചാരിനിന്നു
കൊറോണക്കുഞ്ഞുങ്ങളെ പുച്ഛത്തോടെ നോക്കി
ഇതിൽ കൂടുതൽ ഇനിയെന്തു വരാനാ. ■

കാമുകിയാവുക എന്നുവച്ചാൽ

കാമുകിയാവുക എന്നുവച്ചാൽ
തന്നോളമൊരുവനെ സ്നേഹിച്ചു തുടങ്ങലാണ്
നിലാവത്തും നക്ഷത്രങ്ങളെ തിരയുന്നപോൽ
സദാ അവനെ തിരഞ്ഞുകൊണ്ടിരിക്കലാണ്

തന്റെ പൊട്ടിയ നഖങ്ങളും
പാറിക്കിടക്കുന്ന മുടിയും
മങ്ങിയ മുഖവും മിനുക്കാൻ
സ്വയം ശ്രദ്ധിച്ചു തുടങ്ങലാണ്

സ്നേഹാധിക്യത്തിൻചുവപ്പ്
കവിളുകളിൽ പടരുന്നതും
ഇളംകാറ്റുപോലൊരു പുഞ്ചിരി
ചുണ്ടിൽ തത്തിക്കളിക്കാൻ തുടങ്ങുന്നതും
എവിടെയോ നിശ്ചലമായിപ്പോയിരുന്ന
അവളെ സ്വയം തിരിച്ചറിഞ്ഞു
സ്നേഹിക്കാൻ തുടങ്ങുന്നതും കൂടിയാണ്

ചുറ്റുമുള്ള പ്രകൃതിയും സൗന്ദര്യവും
ആസ്വദിക്കാൻ തുടങ്ങുന്നതുമാണ്
വസന്തം പൂമൂടിയ വള്ളിപ്പടർപ്പുപോൽ
ആനന്ദമവളിൽ പടരുന്നതുകൂടിയാണ്

കാമുകിയാകുക എന്നുവച്ചാൽ
അവൾ അവളെത്തന്നെ അറിഞ്ഞു
സ്നേഹിക്കാൻ തുടങ്ങുന്നതുകൂടിയാണ്. ■

ഇറങ്ങിപ്പോരലുകൾ

നുണകളുടെ കോടതിയിൽ
ചതിയുടെ വിസ്താരം നടത്തി
നീയവളെ സമർത്ഥമായി തടവിലടച്ചു
ശ്വാസംമുട്ടിയാണ് അവളാ
ഭിത്തി തകർത്തു ഓടിയകന്നത്

നീയുതിർത്ത വെടിയുണ്ടകൾ
നിർദ്ദയമവളുടെ ഹൃദയം തുളച്ചു
പലരിൽ തറച്ചു നിന്നപ്പോഴാണ്
അവൾ നിന്നിൽനിന്നുമിറങ്ങി നടന്നത്

ഇറങ്ങിപ്പോരലിന്റെ കഥകൾ മെനയുന്നവരേ
ഛിന്നഭിന്നമായ അവളുടെ ഹൃദയം നോക്കൂ. ■

കിന്നരം

ചന്ദ്രിക തൂകുമീ ആർദ്രമാം സന്ധ്യയിൽ
നീ തീർത്ത രാഗങ്ങൾ മെല്ലെ ഞാൻ മൂളവേ
നിന്നിലെ പൊൻവസന്തം അലിഞ്ഞെന്നുടെ
നീലിമയേറുന്ന മാനസം തന്നിലെ
പൂങ്കാവനത്തിൽ ചെറുനറുംമന്ദാര-
പ്പൂക്കൾ വിടർത്തി ലസിച്ചു നിന്നു

നമ്മൾ തൻ ആകാശവീഥിയിൽ കുഞ്ഞിളം
സന്തോഷതാരങ്ങൾ നൃത്തം വെയ്ക്കേ, ഞാനോ
നീ തീർത്തതാം സ്നേഹത്തിൻ തീരത്തു
കിന്നരം മീട്ടുകയായിരുന്നു. ■

മാ നിഷാദ

വേടാ, ചൂഴ്ന്നെടുത്ത നിന്റെ കണ്ണിലെ
ക്രൂരതയകറ്റി കരുണ നിറയ്ക്കാം

മനതാരിൽ ആഴത്തിൽ കുഴിയെടുത്തു
സ്നേഹത്തിൻ അമൃതു നിറയ്ക്കാം

മുറിച്ച നാവും ചൂഴ്ന്ന ഹൃദയവും
സ്നേഹച്ചൂടാൽ വിളക്കിച്ചേർക്കാം

കൊയ്ത്തുപാട്ടും വിഷുപ്പക്ഷികളുടെ
കൊഞ്ചലുമായി വീണ്ടും നിനക്ക്
സൗഹൃദത്തിൻ വിളവെടുക്കാം
ഓർക്കുക, മാ നിഷാദ, മാ നിഷാദ. ■

ഓർമ്മകൾ

ഓർമ്മകളൊരസ്ത്രം കണക്കെ
ഭൂതകാലത്തിന്റെ മജ്ജയും
മാംസവും തുളച്ചുകയറി
തിരികെവരുമ്പോൾ എനിക്കുതന്നു
ഒരുപിടി കുന്നിക്കുരുമണികൾ

ഞാനോ
പേനത്തുമ്പിനാൽ ചെത്തിമിനുക്കി
വാക്കുകൾ ചേർത്ത് ആറ്റിക്കുറുക്കി
വെള്ളക്കടലാസ്സിലവയ്ക്ക് പുനർജന്മമേകി
കവിതയെന്നവൾക്ക് പേരും നൽകി. ■

സ്വസ്തി

നിങ്ങൾ പറയുന്നത് എനിക്കോ
ഞാൻ പറയുന്നത് നിങ്ങൾക്കോ
മനസ്സിലാകാതെ വന്നപ്പോഴാണ്
മൗനം കൊണ്ടെൻ വാ മൂടിയത്

ഒരോ ശബ്ദങ്ങളും അറിയാക്കയങ്ങളിൽ
താഴ്ത്തിയെന്നെ ചിന്തിച്ചു
ശ്വാസം മുട്ടിച്ചപ്പോഴാണ്
ഞാനെൻ ചെവികളുമടച്ചത്

തീരെ പരിചിതമല്ലാത്ത കാഴ്ചകൾ
കാണാൻ തുടങ്ങിയപ്പോഴാണ്
ഞാനെൻ കണ്ണുകളുമടച്ചു വച്ചത്

ഇപ്പോൾ നിങ്ങളെന്നെ യോഗിനിയെന്നോ
ഭ്രാന്തിയെന്നോ പേരിട്ടു വിളിക്കുന്നത്
എന്നിട്ടുമെന്തേ അവയെൻ കാതുകളിലെത്തുന്നു. ■

സൗഹൃദങ്ങൾ

സൗഹൃദങ്ങൾ നെടുനീളൻ പരുത്തിക്കുപ്പായങ്ങൾ
സങ്കടച്ചൂടകറ്റി സന്തോഷത്തിൻ തണുപ്പേകുന്നവ
അലസമായിരിക്കുമ്പോൾ അടിമുടി മൂടി
സ്നേഹത്തിൻ ഊഷ്മളതയിൽ പൊതിയുന്നവ
സങ്കടത്താൽ കരഞ്ഞു കണ്ണുതുടയ്ക്കാവുന്നവ
സന്തോഷത്താൽ ചിരിച്ചു മറഞ്ഞു
തലവഴി മൂടി ഒളിച്ചിരിക്കാവുന്നവ
സൗഹൃദങ്ങൾ നെടുനീളൻ
പരുത്തിക്കുപ്പായങ്ങളത്രെ. ■

അന്നും ഇന്നും

അന്ന്
യമുനതൻ കല്പടവിൽ
കൈകൾ കോർത്തു നാമിരുന്നു

അസ്തമയസൂര്യന്റെ ചെമ്പുവർണ്ണം
നമ്മിൽ പ്രണയത്തിൻ പാരമ്യം തീർത്തു
നിലാവ് പരന്ന് മീനുകളുറങ്ങുംവരെ
മുഗ്ധാനുരാഗിയായ് നാം ചേർന്നിരുന്നു

അകലങ്ങളിലേക്കകന്നു പോകും
ദേശാടനക്കിളികൾ തൻചിറകടിയാൽ
നമ്മൾതൻ പ്രണയത്തിൻ ഈണം
ദേശകാലങ്ങൾക്കപ്പുറത്തേക്കു സഞ്ചരിച്ചു

ഇന്ന്
ജന്മജന്മാന്തരങ്ങൾക്കിപ്പുറം
ആത്മബന്ധനത്താൽ ഗാഢമായൊഴുകും
പ്രണയമാം ആഴിതന്നലയിൽ ലയിച്ചു
നമ്മൾ വീണ്ടും ഒന്നായ് ചേർന്നൊഴുകി
ദേശാടനക്കിളികൾ വീണ്ടും ചിറകടിച്ചുയർന്നു
ചുറ്റും പ്രണയസംഗീതം പൊഴിച്ചു
ചന്ദ്രനും താരാഗണങ്ങളും
മറവിതൻ ശ്യാമനീരാളം നീക്കി പുഞ്ചിരി തൂകി
ഇലഞ്ഞിപ്പൂവുകൾ ഉതിർക്കും തെന്നൽ
ഇലകളിൽ ആനന്ദനൃത്തമാടി. ■

ബ്രഹ്മം

പുലരിയെ പുണരുമീ ആദിത്യരശ്മിയിൽ
കാതിൽ വന്നോതുമീ കാറ്റിൻമൊഴികളിൽ
മധുരമായൊഴുകുമീ പുഴതന്നാഴങ്ങളിൽ
വാടിയിൽ വിടരുമീ പൂവിന്റെ ഗന്ധത്തിൽ
ചുറ്റിലും പടരുമീ ഹരിതാഭശോഭയിൽ
കാറ്റിലുലയുമെൻ ചേലതന്നിഴകളിൽ
ഉലയാതെ നിൽക്കുമെൻ മനസ്സാകുമാഴിയിൽ
തേടുന്നതൊക്കെയും നീയെന്ന സത്യം

നിർമലസ്നേഹത്തിൻ വെൺപ്രഭയാലേ
തിന്മതൻ അന്ധകാരം നീക്കി
നീയെനിക്കു മാർഗ്ഗമോതീടുക
എന്നിലെ നിന്നിലേക്കണയാനായ്
നന്മതൻ വെണ്മയാം പാതതീർക്കാം

നീയെന്ന സത്യം തിരിച്ചറിഞ്ഞോരിൽ
നിന്നെത്തിരയുന്നു നിന്നിലേക്കണയാനായ്
സകലചരാചരങ്ങൾക്കുമധിപനാം
നിൻ സന്നിധിയിൽ സ്നേഹത്തിൻ വിളക്കേന്തി
നന്മതൻ പ്രഭപരത്തി പൂകുന്നതേ പരമമാം സത്യം. ■

എന്റെ മാർജ്ജാരൻ

എന്റെ വീട്ടിലെ മാർജ്ജാരൻ
അവൻ എന്തായിരിക്കും
സ്വപ്നം കാണുന്നുണ്ടാകുക

നാല് ചുമരുകൾക്കുള്ളിലെ
മൂന്നു മുറികളിൽ അലസമായ നടത്തം
ചില്ലുജനാലകളിലൂടെ ദൂരക്കാഴ്ച
ദിനേ പതിനെട്ടു മണിക്കൂറും ഉറക്കം
അവനെന്താകും സ്വപ്നം കാണുന്നുണ്ടാകുക

നാല് ചുമരുകൾക്കുള്ളിൽ
തിങ്ങി നിറഞ്ഞ് നാലഞ്ചുപേർ
ബങ്ക്ബെഡ് മറച്ച ജനാലക്കാഴ്ചകൾ
വെള്ളബസ്സിന്റെ കുഞ്ഞുജനാലയിലൂടെ
അതിവേഗം ഓടുന്ന ലോകം
ദിനം മുഴുവൻ പണിയെടുത്തു
ക്ഷീണിച്ചു ഉറങ്ങുന്ന സാദാ പ്രവാസിയും
കാണുന്നുണ്ടാകില്ലേ സ്വപ്നങ്ങൾ

ഞാനും കാണാറുണ്ട് സ്വപ്നങ്ങൾ
സ്വപ്നക്കാഴ്ചയ്ക്ക് ജനാലകൾ വേണ്ട
പറക്കാൻ ചിറകുകൾ വേണ്ട
പ്രതീക്ഷയുടെ ഉൾക്കാഴ്ച മാത്രം മതി. ■

അനാഥരുടെ നിര

മാതാവാണാദ്യം മരണത്തെ പുൽകിയത്
കണ്ണുനീരിൽ മുലപ്പാലോർമ്മകൾ കിനിഞ്ഞിറങ്ങി
അവന്റെ വരണ്ട ചുണ്ടുകൾ നനച്ചു
എന്തേ ആദ്യമവൾ എന്നലറിക്കരഞ്ഞ
പിതാവും രണ്ടാമനായി
പുതപ്പിച്ച വെള്ളത്തുണിയിൽ
പിടിച്ചു അമർത്തിക്കരയവേ
അവൻ കാതുചേർത്തു

സങ്കടങ്ങളിറക്കി വച്ചിരുന്ന
നെഞ്ചിലെ മിടിപ്പുകൾ തേടി
അവരോളം സ്നേഹം പകുത്തുകൊടുത്ത
പ്രണയിനിയും ആ വഴിപോകെ
സത്യം തിരഞ്ഞു ഒന്നുമേയുരിയാടാതെ
തിരിച്ചുപോകേണ്ട ദിനവും കാത്ത്
വിദൂരതയിലേക്ക് മിഴിയൂന്നി
അനാഥരുടെ നിരകളിൽ
പുറകിലായവൻ കയറിനിന്നു. ■

ദൈവം

വിശക്കുന്നവന്റെ വിശപ്പകറ്റാതെ
ആരാധനാലയങ്ങൾക്കായ്
ധൂർത്തടിക്കുന്നവരെ കണ്ട്
മനം മടുത്താണത്രെ
ദൈവം ഇറങ്ങി നടന്നത്
ആൾദൈവങ്ങൾക്ക് മുന്നിലെ
തിക്കും തിരക്കും കണ്ട്
ദൈവമിപ്പോൾ ബോധംകെട്ടു
അതാ വഴിയിൽ കിടപ്പുണ്ട്. ■

സമ്മാനം

എന്റെ ഹൃദയമെടുത്ത്
പകരം പഞ്ഞിനിറച്ചൊരു ഹൃദയം
സമ്മാനമായി അവനെനിക്കേകി
ഹൃദയദിനമാണത്രെ

ആരോരുമില്ലാത്ത ഹൃദയമെന്നോർത്തു
തുടച്ചുമിനുക്കി നെഞ്ചിനുള്ളിൽ വച്ചു
ഇപ്പോൾ ആയിരം അവകാശികൾ
വന്നെന്റെ നെഞ്ചകം തുരക്കുന്നു. ■

സ്വപ്നലോകം

സ്വപ്നത്തിന്റെ തൂവലുകളാണെന്നെ
ആ അഭൗമലോകത്തേക്ക് മാടിവിളിച്ചത്
സ്വപ്നത്തിന്റെ ചിറകുകളിലേറിയാണ്
ആ ലോകത്തെ മാസ്മരികതയിലെത്തിയത്

അന്നാണ്
മഞ്ഞുപുതച്ച വഴികൾ താണ്ടി
നിറങ്ങളുടെ ലോകത്ത് പറന്നിറങ്ങിയത്
പച്ചപ്പരവതാനി വിരിച്ച മലഞ്ചെരുവിലാണ്
ആദ്യമായി സ്തബ്ധയായ് കാൽവച്ചത്

മുന്നോട്ടു ഗമിക്കവേ
പൂക്കളെന്നിൽ സുഗന്ധം നിറച്ചു
കിളികളെന്നിൽ സംഗീതം നിറച്ചു
അർക്കൻ കവിളുകളിൽ ശോണിമ പരത്തി

നീർച്ചോലകൾ കുളിർമ്മ പടർത്തി
തടാകത്തിന്നരികിൽ, പുൽപ്പടർപ്പിലൂടെ
പടർന്നു പിണഞ്ഞു കിടക്കുന്ന
പൂക്കൾ നിറഞ്ഞ കാട്ടുവള്ളികൾ
കൈകളിലേറ്റി ഊഞ്ഞാലാട്ടി

എനിക്കുമാത്രം ദൃശ്യമാകുന്നതിനാൽ
സ്വപ്നകവാടം പതിയെ തുറന്ന്
സ്വപ്നങ്ങളുടെ നേർത്ത പാളികളിലൂടെ
ഞാനാ ലോകത്തേക്ക് വീണ്ടുമണഞ്ഞു. ■

ദൈവത്തെ പറഞ്ഞാൽ മതീലോ

ദൈവത്തെ വിളിച്ചു പ്രാർത്ഥിച്ചു
ചന്ദനത്തിരി കത്തിച്ചു

പഠിച്ചിട്ടില്ല, നല്ല മാർക്ക് കിട്ടണം
ദൈവത്തോട് പറഞ്ഞിട്ടുണ്ടല്ലോ
പരീക്ഷയിൽ തോറ്റു
ദൈവത്തെ പറഞ്ഞാൽ മതീലോ

ഒരു ലോട്ടറി എടുത്തു
ഒരു നേർച്ചയും നേർന്നു
കിട്ടാതിരിക്കില്ല പത്തുലക്ഷം
കിട്ടിയ കാറിൽ വേണം
നേർച്ച വീട്ടാൻ പോകാൻ
ഫലം വന്നു, ലോട്ടറി
കിട്ടേണ്ടവന് കിട്ടി
ദൈവത്തെ പറഞ്ഞാൽ മതീലോ

ജോലിക്കയറ്റം വേണം
കുറയ്ക്കണ്ട, മാനേജർ തന്നെയാവട്ടെ
മനസ്സിരുത്തി പ്രാർത്ഥിക്കാം
ജോലിക്കയറ്റം തഥൈവ
ദൈവത്തെ പറഞ്ഞാൽ മതീലോ

സ്വർണം വാങ്ങണം
പക്ഷേ മുടിഞ്ഞ വില
കുറയാൻ പ്രാർത്ഥിക്കുക തന്നെ

പവന് പതിനായിരമായാൽ
ഒരു പവൻ ഭണ്ഡാരത്തിൽ
മാന്യമായ കൈക്കൂലി
പവന് അൻപതിനായിരത്തിലധികം
ദൈവത്തെ പറഞ്ഞാൽ മതീലോ. ■

പ്രണയിക്കുന്ന അത്ഭുതജീവികൾ

പ്രണയിക്കുമ്പോൾ നിങ്ങൾ
അത്തിമരത്തിൽ കൂടുകൂട്ടിയ രണ്ടു കിളികൾ
അത്തിപ്പഴം കഴിച്ചു ചുണ്ടുകൾ ചുവക്കും
ചില്ലകളുടെ തലോടലേറ്റ് കവിളുകൾ തുടുക്കും
പ്രണയം കൊണ്ടവരുടെ കണ്ണുകൾ തിളങ്ങും
പ്രണയപ്പെയ്ത്തിൽ ഉറങ്ങിയെഴുന്നേൽക്കവേ
അവർ രണ്ട് അരയന്നങ്ങളായി മാറും
കൊക്കുരുമ്മി സ്നേഹപ്പുഴയിൽ
നീന്തുന്ന വെള്ളഅരയന്നങ്ങൾ

പ്രണയിക്കുമ്പോളവർ അത്ഭുതജീവികളാണ്
പ്രണയിക്കുന്ന രണ്ട് അത്ഭുതജീവികൾ. ■

രണ്ട് രാജ്യങ്ങൾ

വഴക്കിടുമ്പോൾ അവർ രണ്ട് രാജ്യങ്ങളായിരുന്നു
തർക്കങ്ങൾ പരിഹരിക്കാൻ തയ്യാറാവാതെ
സമാധാന ഉടമ്പടി കാറ്റിൽ പറത്തി
പരസ്പരം യുദ്ധം ചെയ്യുന്ന രണ്ട് രാജ്യങ്ങൾ

യുദ്ധം എന്തിനായിരുന്നെന്ന്
തിരിച്ചറിയാനാകാത്തവിധം തകർന്ന്
ഒരേയൊരു മൺകൂനയായി
പരിണമിക്കുന്ന രണ്ട് രാജ്യങ്ങൾ

യുദ്ധനഷ്ടങ്ങൾ നികത്താനാവാതെ
ഹൃദയം മുറിവുകളാൽ പിടയുമ്പോഴും
ഒരിക്കലും തോറ്റുകൊടുക്കില്ലെന്ന്
ആക്രോശിക്കുന്ന രാജ്യങ്ങൾ

അവർ രണ്ട് രാജ്യങ്ങളായിരുന്നു
അനന്തരഫലത്തിൽ ആശങ്കയില്ലാതെ
യുദ്ധം ചെയ്യുന്ന രണ്ട് രാജ്യങ്ങൾ. ■

ഭ്രാന്തി

നിന്റെ ഭ്രാന്തിന് ചങ്ങല വേണമെന്ന
അലർച്ച ഉയർന്നപ്പോൾ അവൾ
നിശാഗന്ധിപ്പൂക്കളുമായി കിന്നാരത്തിലായിരുന്നു

കൂമനും ചീവീടും ശരിയെന്നു മൂളിയപ്പോൾ
സത്യം വിളിച്ചു പറഞ്ഞത്
ഭ്രാന്തിയെന്ന് മുദ്രകുത്തപ്പെടാനായിരുന്നോ
എന്നാവലാതിപ്പെട്ടു കാറ്റ്
അവളുടെ മുടിയിഴകളെ തഴുകി
അവൾ സ്വയം ശുദ്ധപ്പെട്ടു കഴിഞ്ഞിരുന്നു

കാർമേഘങ്ങൾ പെയ്തൊഴിഞ്ഞ മനസ്സിൽ
സന്തോഷത്തിന്റെ മിന്നാമിന്നുകൾ
വട്ടമിട്ടു പറന്നു തുടങ്ങിയിരുന്നു

പെണ്ണെന്ന ഭാരത്തിൽ നിന്നും
വെറും മനുഷ്യനെന്ന തിരിച്ചറിവിന്റെ
കണ്ണാടിപ്പാലത്തിലൂടെ അവൾ അടിവച്ചുനടന്നു. ■

തടവിലാക്കപ്പെട്ടവർ

ജീവിതക്കോട്ടയിലെ അന്ധകാരത്തിൽ
തടവിലാക്കപ്പെട്ടു മരിച്ചവരുടെ
ആത്മാക്കൾ ഇടുങ്ങിയ ജനാലകളിലൂടെ
സ്വാതന്ത്ര്യത്തിനായി ഉറ്റുനോക്കി

നട്ടുച്ച നേരത്തും
ദുഃഖം ഘനീഭവിച്ച നിഴൽ
ഇടവഴികളെ ഇരുട്ടിലാഴ്ത്തിയപ്പോൾ
കറുത്ത വസ്ത്രം ധരിച്ചവർ
മരിച്ചവർക്കായുള്ള പ്രാർത്ഥനയിലായിരുന്നു. ■

അടയാളങ്ങൾ

ഒരിക്കൽ
ഉയരത്തുനിന്നും ഉരഞ്ഞുവീണതിന്റെ അടയാളങ്ങൾ
വീഴാതെ കയറാനുള്ള വഴി കാണിക്കുന്നു

ഒരിക്കൽ
മരിക്കാൻ ശ്രമിച്ചതിന്റെ അടയാളങ്ങൾ
പൊരുതി ജീവിക്കാൻ പഠിപ്പിക്കുന്നു

ഒരിക്കൽ
തോൽവി ഏറ്റുവാങ്ങിയതിന്റെ അടയാളങ്ങൾ
വിജയിക്കാനുള്ള മാർഗ്ഗമേകുന്നു

ഓരോ അടയാളങ്ങളും
ഓരോ ഓർമ്മപ്പെടുത്തലുകൾ
തെറ്റുകളുടെയും ശരികളുടെയും
തോൽവിയുടെയും വിജയത്തിന്റെയും. ■

പ്രണയമൊരു കവിതയായ്

പ്രണയം
മൊഴിയാനാവാതെ കവിതയായൊഴുകി
എഴുതിയെഴുതി ഞാനൊരു കവിയായി

പക്ഷേ
എഴുതിയതൊന്നുമേ നീ
വായിച്ചുമില്ല, അറിഞ്ഞതുമില്ല

ഇപ്പോൾ
ചുമരിലൊട്ടിച്ച വരികൾക്കായ്
ആരൊക്കെയോ ഹൃദയം കോറിയിടുന്നു

പ്രണയവും നീയും
ആ വരികൾക്കിടയിൽ
ആരുമേയറിയാതെ ഒളിച്ചിരിക്കുന്നു

ഞാനോ
വീണ്ടും വീണ്ടും നിനക്കായ്
എഴുതിക്കൊണ്ടിരിക്കുന്നു. ■

www.ingramcontent.com/pod-product-compliance
Lightning Source LLC
LaVergne TN
LVHW040820051026
849519LV00007BA/2684
* 9 7 8 9 3 4 8 1 2 5 3 2 3 *